रातराणी ......!!

विनित राजाराम धनावडे

ISBN 979-888546350-8

अनुक्रमणिका

1

रातराणी ...... !!

तोच समुद्र किनारा..... तोच निळाशार पसरलेला अथांग सागर... पायाखाली असंख्य शंख -शिंपले.... आणि .... आणि रातराणीचा सुगंध.... तेच स्वप्न...

विनयला जाग आली कसल्याश्या आवाजाने.. हळूच डोळे उघडले त्याने. बाजूला चंदन होताच,

" बाहेर पाऊस पडतो आहे का रे.. "

" नाही ...आता कसा पाऊस.. हिवाळा सुरु आहे... पावसाळा संपून २ महिने झाले... झोप तू... तूला भास झाला असेल.. " ,

" नाही रे... अजूनही आवाज येतो आहे पावसाचा मला... माझ्या कानात घुमतो आहे आवाज त्याचा... सरींचा... पागोळ्यांचा... पानावर पडणाऱ्या थेंबांचा... " चंदनला गहिवरून आलं.

" झोप शांत... नको करुस विचार... "

विनय तसाच उघड्या डोळ्यांनी छताकडे बघत होता. चंदन बघत होता त्याच्याकडेच. कसा होता आधी... किती बोलके , पाणीदार डोळे... आता खोल गेले होते.. निस्तेज.... कसलेच भाव नसलेले... जेव्हा पहिल्यांदा भेटला तेव्हा कसा होता ना... चंदनला आठवलं काही.. " विनय... आठवतो का तुला... तुझा ऑफिस मधला पहिला दिवस... सारखा बोलतोस ना, कधी विसरणार नाही ते दिवस म्हणून... "

विनयला आठवलं ते... एक छान smile आली त्याच्या सुकलेल्या

ओठांवर.... अलगद डोळे मिटले त्याने .. आणि ते दिवस आठवू लागला.

==

" ओ साहेब... तीतं नका लावू गाडी... अवि साहेब गाडी लावतात तीतं... " watchman धावत आला. तोपर्यंत विनयने त्याची bike पार्क केली होती.

" राहू दे ना काका... याच ऑफिस मध्ये आहे मी जॉबला... ज्यांची हि पार्किंग आहे. " विनय सांगत होता.

" हो सर.... पन अवि साहेब ऐकणार नाहीत... " आणि मागून bike चा आवाज आला.

" घ्या.. आले ते साहेब... आता तुमीच काय ते बघून घ्या... " एक bike येताना दिसली त्याला. त्यावर जाडसर मुलगा.. जाडसर नाही... जाडाच होता तो. डोळ्यावर गॉगल... मध्यम उंची.. विनय निरखून पाहत होता त्याला. बघे पर्यंत आला तो विनय जवळ bike घेऊन.

" ओ काका... कोणाची गाडी हाय इथं.. " अव्या bike वर बसूनच ओरडला. त्यांनी जागेवरूनच, विनय कडे बोटं दाखवलं. अव्याने विनयला पायापासून डोक्यापर्यंत निरखून पाहिलं.

" ओ !! इथे फक्त आमच्या ऑफिस मधलेच गाडी लावू शकतात.. वाचता येतं नाही का... दुसरीकडे लावा गाडी... " ,

" मी याच ऑफिस मध्ये जॉबला आलो आहे.. जागा मोकळी होती म्हणून लावली bike .. " ,

" आमच्या ऑफिस मध्ये... कधी दिसला तर नाही...ते असुदे... माझी जागा आहे ती... तुमची गाडी काढा तिथून... " अविचा आवाज जरा वाढला.

" अहो .. असू दे कि... इथे सावली सुद्धा आहे bike साठी.... " अवि तापला.

" ओ काका !!! शांतपणे सांगतो तर कळत नाही का... अ पासून भ पर्यंतच्या बाराखडीच्या... सर्व शिव्या येतात मला.. आणि लिहून सुद्धा देऊ शकतो.. पण ते ऑफिसच्या बाहेर.... देऊ का example ... " अविचा चढलेला आवाज ऐकून आणखी एक मुलगा धावत आला तिथे.

" काय झालं अव्या.. सकाळ सकाळ.... तुझा आवाज त्या गेट पर्यंत येतो आहे.. " ,

" अहो .... इथे जागा मोकळी होती म्हणून लावली गाडी... त्यात आज माझा पहिला दिवस आहे ऑफिस चा... मला काय माहित यांची जागा आहे ते.. " विनय कळवळून बोलला.

" असं आहे तर... अव्या ... जाऊ दे ... एक दिवस माफ कर... त्याला माहित नाही ... उद्या नाही लावणार गाडी तिथे... " अव्याचा राग शांत झाला.

" तू मध्ये आला म्हणून... नाहीतर... " अव्या पुन्हा विनय कडे पाहू लागला. " आज पहिला दिवस आहे तुझा... पहिलं दिवस देवाचा.. म्हणून सोडून दिलं तुला... उद्या दिसली ना तुझी bike इथं... तर समोर बघ, तिथे मोठा नाला आहे.. त्यात दिसेल तुझी bike पार्क केलेली.. " अविने त्याची bike दुसरीकडे लावली आणि तावातावाने निघून गेला.

" खरंच आमच्या ऑफिसला जॉईन झालास तू.... बघितलं नाही कधी... " ,

" पाहिलंच दिवस ना माझा... " ,

" अरे हा ... बोललास तू.. " ,

" but थँक्स,... तुम्ही आलात म्हणून नाहीतर मारलं असतं मला.. " ,

" हो... उद्या पासून जरा बाजूलाच लाव तुझी bike .. by the way ... मी चंदन... " ,

" Hi .. मी विनय .. " दोघांनीही हात मिळवले.

" कोणत्या डिपार्टमेंट मध्ये आहेस.. " .

" मी सॉफ्टवेअर इंजिनिअर आहे... IT डिपार्टमेंट मध्ये जॉईन केलं आहे.. " ,

" अरे व्वा !! मी पण तर IT डिपार्टमेंट मध्येच आहे.. छान.... बरं , चल आता... वेळ झाली ऑफिसची.. " दोघे बोलतच ऑफिस मध्ये शिरले.

" wait !! .... तुझा interview कोणी घेतला.. IT डिपार्टमेंट मध्ये तर मीच घेतो interview ... " चंदन आश्चर्यचकित झाला.

" actually , मोठ्या सरांनी घेतला interview ... " विनय हळू

आवाजात म्हणाला.

" ओह्ह !! .... मोठीच सेटिंग आहे... मज्जा आहे तुझी... " चंदन हसत म्हणाला.

" तसं नाही सर ... मी फक्त experience साठी आलो आहे. ",

" मस्करी केली रे... आणि सर काय... चंदन बोल... तुझ्या एवढाच आहे मी.. " ,

" तरी.. माझ्यापेक्षा जास्त वर्ष झाली ना इथे.. मोठेच तुम्ही... " विनयच्या त्या वाक्यावर चंदन हसू लागला.

" एक सांगतो तुला.... विनय ना... हा... या आपल्या field मध्ये कोणी कोणाचे सर , मॅडम नसते..ते मोठे बॉस आहेत ना... त्यांना सर चालते बोलले तर ... त्यामुळे एकेरी बोलला तरी चालेल सर्वांना... " ,

" सर नाही.... तर मग... friend हाक मारू का... ते चालेल ना... " त्यावर चंदन ने विनयच्या खांद्यावर हात ठेवला...

" एकवेळ सर चालून जाते... मित्र , friendship ... नाही चालत इथे आता... office colleagues आहेत सर्व आता.. असंच बोल " विनयला काही कळलं नाही.. " चल आता कामाला लाग.. " चंदनने त्याचा PC सुरु केला.

" मी जरा मोठ्या सरांना भेटून येतो... " विनय सरांना भेटायला गेला. चंदन आणि इतर कामाला लागले. दिवसभरात विनयने त्याचे काम समजून घेतले. ऑफिस ची थोडी तोंडओळख करून घेतली. वेळ झाली तसा संध्याकाळी घरी निघून गेला.

पुढल्या दिवशी , विनयने आठवणीने त्याची bike दुसऱ्या जागी लावली. चंदन आणि आणखी १-२ सोबत ओळख... चंदन पहिल्या दिवशी भेटला म्हणून .... आणि बाकीचे , याची मोठया सरांची ओळख होती म्हणून विनयला ओळखत होते. हळूहळू समजलं त्याला... इथे काहीतरी वेगळं आहे. १ ऑगस्ट ला जॉईन झालेला तो... आता त्याला १२ दिवस झाले होते ऑफिस मध्ये.

" हे चंदन... १५ ऑगस्ट जवळ आला आहे. ",

" मग ? " , चंदनने त्याची pc मध्ये घुसलेली मान बाहेर न काढताच विचारलं...

" अरे !! मग साजरा नाही करत का .. decoration.... पार्टी वगैरे.. " विनय किती उत्साहात सांगत होता.

" तुला कोणी सांगतील हे असं... इथे नसते पार्टी वगैरे.. " चंदन विनय कडे पाहत म्हणाला.

" ते लंच हॉल मध्ये ... फोटो लावले आहेत ते... ",

" ते जुने आहेत.. आता काहीच सण साजरे होतं नाहीत ... " चंदन पुन्हा कामाला लागला.

" का पण "...... विनय ....

" काय करायचे आहे तुला... काम नाही का तुझ्याकडे.. नसेल तर गप्प बसून राहा.. " चंदन जरा रागात बोलला. विनय शांत बसून राहिला. मग चंदनलाच कस तरी वाटलं.

" सॉरी यार... पण हा विषय नको... आपण lunch time ला बोलू ... चालेल ना... " विनयला पटलं.

दुपारी जेवताना दोघांच्या गप्पा सुरु झाल्या. " हे फोटो २ वर्षांपूर्वीचे आहेत.. तेव्हा शेवटचा सण... नाताळ साजरा झाला होता. तेव्हापासुन ... गेल्यावर्षी ... एकही सण ... काही celebration झालेलं नाही या ऑफिसमध्ये... ",

" पण व्हायचे ना .... celebration... आता का होतं नाही... ",

" व्हायचे... म्हणजे नुसता धिंगाणा.. असायचा ऑफिस मध्ये... आता कस शांत वाटते.. बिलकुल नव्हतं असं ... गजबजलेलं असायचं... प्रत्येक दिवस छान असायचा... दर friday ला दुपारनंतर काहीतरी कार्यक्रम असायचा. आता काहीच होतं नाही... काही गैरसमज झाले... भांडणं झाली... याला एक वर्ष झालं... सगळं बंद झालं... ",

" कोणामध्ये भांडणं झाली... ",

" एक टीम होती आमची... म्हणजे सगळ्या ऑफिसमध्ये काही active मंडळी होती या टीम मध्ये... तशी ५ जणांची टीम होती. तेच सर्व ठरवायचे... त्यातच भांडणे झाली. टीमचं ब्रेक झाली... कोण करणार साजरे सण... "

" पुन्हा ती टीम active होणार नाही का ... ",

" नाही ... अशक्य वाटते... सगळ्यांना इगो असतो ते माहित आहे ना

तुला.... या सर्वांना , इतरांपेक्षा जरा जास्तच आहे. इगो दुखावला, भांडणे झाली. सगळे वेगळे झाले... ",

" होते कोण ... " ,

" ५ जणांची टीम.... त्यातला एक मी... बाकीचे चार... जबरदस्त आहेत... जंगलात जसा सिंह असतो, सगळ्यांवर वर्चस्व गाजवणारा... तसेच, हे ४ जण ऑफिस dominate करतात.. एकाला तर भेटलास त्यादिवशी... " ,

" अवि सर .. ? " ,

" सर नाही... अव्या ... अविनाश, दुसरी दिक्षा, तिसरी अनुजा आणि शेवटी हेमंत... " ,

" झाली ना टीम... मग एकत्र आणूया त्यांना... " चंदन हसला या वाक्यावर... " खरंच बोललो मी, try तर करूया ना.... पण हसतो का तू... " ,

" सोप्प नाही ते... तू नवीन आहेस... एकाला तरी ओळखतोंस का.. एकदाच तो अवि भेटला तेव्हा काय हालत झाली होती ... माहित आहे ना.. " ,

" हो .. पण तू तरी ओळखतोंस ना .. तू करून दे ओळख.. तुला सगळ्यांची माहिती असेल ना.. ".... विनय

" मग काय... ऑफिस मधल्या सगळ्यांचा biodata माझ्याकडे आहे... कुठे राहतात पासून कधी जन्म झाला , कोण कोणाची GF , BF आहे .. कोणाचे काय चालू आहे... ते सगळं सांगू शकतो मी.. " चंदनने स्वतःची कॉलर वर केली जरा. " तुझी सुद्धा बरीच माहिती आहे , बरं का "

" माझी ? कसं काय " ,

" आपली माणसं आहेत ना ऑफिस मध्ये... माहिती काढणारी.... विश्वास नाही ना... तुझी माहिती सांगतो... पूर्ण नावं ... विनय देशपांडे... वय २७... जन्म ठिकाण : रत्नागिरी ..... मोठया सरांशी खास ओळख.... कारण गावाला शेजारीच घर.... सिंगल आहेस... घरी फक्त वडील... ते गावाला... शिक्षण : software engineer .... मुंबईत शिकलेला... पण इथे येण्याचे कारण जॉब नाही... वेगळं काही आहे... बरोबर ना... " विनय

" आ " वासून पाहत होता. " सगळंच माहित आहे तुला... कमाल आहे

हा... " विनयने चंदनाला टाळी दिली.

==

विनयने पुन्हा डोळे उघडले. सकाळ झालेली. त्याच्या बेडच्या बरोबर समोर एक मोठ्ठ घड्याळ होते. सकाळचे ८:३० वाजले होते. अरे ... कालपेक्षा जास्त झोपलो आज. विनय उठून बसला. आणि त्याच्या आवडीच्या सुगंधाने मन मोहून गेलं. बाजूलाच एका basket मध्ये ... रातराणीची फुले होती... व्वा !! विनयला प्रसन्न वाटलं. १-२ फुलं हातात घेतली त्याने. मनसोक्त सुगंध भरून घेतला मनात. आणि पुन्हा जागच्या जागी ठेवली ती फुलं. दिक्षा.... दिक्षाचं आणते रोज , इथे हि फुले... आणि न चुकता.. कुठे मिळतात हिला रोज...आणि काय तो सुगंध.... पूर्ण खोली भरून गेलेली त्याच सुगंधाने.... दिक्षा सारखी विचारते ना... का आवडते रातराणी... माझं एकच उत्तर... एकदा जवळ करून बघ या फुलांना.. सोडणार नाहीस कधी.. ... विनय हरवून गेला आठवणीत.

==

" कोणते फुलं आवडते रे तुला... , मला तर लाल गुलाब आवडते... " ....दिक्षा...

" गुलाबासारखी तर आहेस... " विनय हसत म्हणाला.

" कधी तरी नॉर्मल बोलत जा... ",

" नॉर्मल तर बोललो ना... एव्हडी काय रिऍक्ट करतेस लगेच.. " , दिक्षा त्यावर फुगून बसली. गप्पच झाली. आणि तिचा राग गेला नाही तर बोलणारचं नाही हे विनय ला चांगलं ठाऊक होते. विनयचं बोलला मग.

" मला ना... रातराणी आवडते... खूप .. खूप पेक्षा जास्त.. प्रेमातच आहे तिच्या मी... " यावर दिक्षा विनय कडे बघू लागली.

" मला गुलाब बोलतोस आणि रातराणी आवडते.... खरंच... तू ना विचित्र आहेस... ",

" आवडते तर आवडते.... मला तर तीच सोबत असावी असे वाटते नेहमी..",

" काय असते रातराणीत ... जे गुलाबात नसते... " दिक्षाचा प्रश्न...

" रात्रीचं फुलते... रात्रीचं आयुष्य तिचे... कोणाच्या अध्यात ना

मध्यात.... कोणाच्या ध्यानीमनी नसतात , नकळत फुलते आणि तिच्या सुगंधाने सर्वांना जवळ ओढून घेते. मोहवून टाकते ती रातराणी.... रात्रीचं राज्य तिचं... गुलाबाला जरी फुलांचा राजा मानतात ... तरी... रात्रीची राणी तिचं .... रातराणी... " विनय कसला भारी बोलत होता. दिक्षा पहिल्यांदा त्याचे असे बोलणं ऐकत होती. नाहीतर असं काही बोलायला लागला तर तिला राग यायचा.

" एवढी का आवडते तुला .. " दिक्षाच्या आवाज जड झाला होता भावनांनी.

" आपलं आयुष्य तसंच असावे असं वाटते मला. या जगण्याच्या धावपळीत रातराणी सारखे फुलायचे आहे मला..... आयुष्य जरी लहान असेल तरी चालेल, तरी त्या आयुष्याच्या सुगंधाने ... काही काळ का होईना... सर्वांना जवळ आणायचे आहे... सर्व माणसं जवळ हवी आहेत मला अशीच.... कधीही सोडून न जाण्यासाठी... " विनय थांबला बोलायचा. त्याच्या हातावर पाण्याचे थेंब पडले होते. पाहिले तर दिक्षाच्या डोळ्यात पाणी. " काय गं... का रडतेस... " दिक्षाने डोळे पुसले पटकन.

" काही नाही... चल घरी निघू.. " ,

" अरे !! ice cream राहिलं ना.. तुला पाहिजे होते ना... " ,

" नको ... राहूदे आता... नंतर खाऊ कधी.. "

विनयला आठवलं अचानक ते संभाषण... किती वेडेपणा करायची दिक्षा.... अजूनही करतेच म्हणा.. पण कमी झाला आहे तो वेडेपणा.. का ते कळत नाही. पहिली भेट तर न विसरण्यासारखी. विनयला दिक्षा सोबतची पहिली भेट आठवली.

" excuse me !! " विनयला मागून आवाज आला. मागे वळून पाहिलं त्याने.

" चंदन कुठे आहे ? " एक मुलगी चंदनाला विचारत होती.

" चंदन नाही आहे जागेवर... " विनय बोलला.

" ते मलाही दिसते आहे... जागेवर नाही ते... कुठे गेला आहे... " तिने विचारलं.

" माहित नाही...आला कि सांगतो त्याला.. तुम्ही आलेलात ते... नाव

काय तुमचं ma'am ... " ,

" ma'am ??.... एवढी मोठी दिसते का तुला... anyway , चंदनला मेसेज करून ठेवते मी.. " एवढं बोलून निघाली... पुन्हा थांबली. " आणि तो शेजारी फोन ठेवला आहे ना.. तो वाजला कि उचलायचा असतो... show साठी नाही ठेवला.... " निघून गेली ती. विनयच्या लक्षात आलं. शेजारचा landline फोन कधी पासून वाजत होता. उचलला नव्हता त्याने.

चंदन आला १० मिनिटांनी, " कुठे गेला होतास... एक मॅडम बडबडून गेल्या तुझ्यामुळे... " ,

" कोण आलेलं ? " ,

" नावं नाही सांगितलं... तुला मेसेज करून ठेवते असं बोलून पुढे बोलल्या , फोन वाजला कि receive करायचा... तुझा फोन मी कसा उचलणार... बरोबर ना... " विनयने सगळी हकीकत सांगितली.

" अशी बोलली का ... बरं " चंदनने मेसेज बघितला.

" व्वा !! चांगलीच व्यक्ती भेटली तुला.. " ,

" का ... काय झालं... ".... विनय ...

" आधी सांग... तिला मॅडम वगैरे काही बोललास का.... " ,

" हो रे ... पण तुला कसं कळते सगळं... " ,

" तिला आवडतं नाही.... एकेरी बोलायचे तिच्याशी... तुला ओळख करून देणारच होतो या ४ जणांची... पण असं वाटते... तूच भेटशील त्यांना अधे-मध्ये... " ,

" म्हणजे " विनयला कळलं नाही.

" दिक्षा.... दिक्षा होती ती... या ४ जणांमधले सर्वात सुंदर असे पात्र... " इतक्यात चंदनच्या शेजारील फोन वाजला. " हो... येतो आहे... आलोच... " चंदन निघून गेला.

१५ मिनिटांनी आला. " दिक्षा ...... विचारत होती तुला... कोण नवीन जॉईन झाला आहे.... सांगितलं तुझ्याबद्दल... गाववाली आहे तुझी... " चंदन हसत म्हणाला.

" मी त्यांना ma'am बोललो म्हणून राग आला का त्यांना... " विनयने विचारले.

" नाही रे... राग का येईल.. तसा राग पट्कन येतो तिला... पण जातो

सुद्धा पटकन... आणि तिला एकेरी बोल... नाही आवडतं तिला मॅडम बोललेले... " ,

" तुला कसं माहित एवढं... " विनयला नवल वाटलं.

" हो... २ वर्ष झाली ओळखतो तिला.. ऑफिस मध्ये जे ४ महत्वाचे character आहेत ना ... त्यातले सर्वात strong character.... strong character का तर... कोणतीही परिस्तिथी असेल तरी घाबरत नाही... खूप छान मुलगी आहे... सावळी असली तरी दिसायला छान... नजर काढून टाकावी अशी... कारण एक वेगळंच सौंदर्य आहेत तिच्यात... कदाचित तिलाही हे माहित नसावे... इतकी सुंदर वाटते ती कधी कधी... मनातून सुद्धा तितकीच सुंदर.. कोणाबद्दल काहीच नसते तिच्या मनात... मुलींना कसे दुसऱ्या मुलीबद्दल राग , द्वेष असतो... jealous वाटते.. हे तिच्या मनात नाहीच... शुद्ध , सुंदर मन... कुठे असते सांग अशी मुलगी... जे मनात तेच चेहऱ्यावर... नाकी डोळस नीट... म्हणतात ना तशी अगदी... सगळ्या सोबत हसून बोलून राहणारी.. आणि हा... तिची smile इतकी सुंदर आहे ना... कोणीही वेडे होईल ते हास्य बघून.... हसली कि वाटते कळ्यांची फुले होतील.... कधी कधी वाटते एक सुंदर स्वप्न पडलं असेल देवाला .. तेव्हा इतकी सुंदर smile त्याने घडवली... कमाल आहे ना... मध्यम शरीरयष्टी... त्यात तिचा dressing sense इतका सुंदर आहे ना... विचारू नकोस.. म्हणजे तिचे ड्रेस खरंच बघण्यासारखे असतात... त्यात ती रोज नवीन hair style करून येते... तिच्या सौंदर्यात आणखी भर पडते. ग्रेट आहे ती... खरच... कामात सुद्धा चोख... कधीच टाईमपास करताना दिसणार नाही. अनोळखी सोबत कमी बोलते. पण एकदा ओळख झाली कि मग थांबत नाही बोलायची. हे आत्ताच , messaging ... chatting नाही आवडत तिला.. जे असेल ते समोर बोलावं असं तिचं म्हणणं. " चंदनने त्याचे बोलणे संपवले.

" wow !! खूप छान आहे रे ती. " ,
" आहेच ती तशी.. वेगळीच आहे.... बघ ना, एवढ्या गोड मुलीच्या कोण

प्रेमात पडणार नाही... पण तिचा विश्वास नाही प्रेमवर... तीही कोणाच्या प्रेमात नाही अजून. सगळयांना मित्र मानते. " ,

" पण मैत्रीच्या पुढेही एक विश्व आहे ना.. " ,

" ते तिला समजावणार अजूनही तिला भेटला नाही... पण तिला कोणी चांगलाच भेटणार हे नक्की..वेड्यासारखं प्रेम करणारा भेटणार बघ तिला.. यात शंकाच नाही... दिक्षाचं meaning माहित आहे का इंग्लिश मध्ये... Gift of God .... तशीच आहे ती... देवाची सुंदर अशी रचना... दिक्षा !! "

===

विनय पुन्हा आठवणीत गेलेला. " रे भावा .... जेवायला आणले हाय.. हा घे डब्बा.. " अविनाश आवाज देतंच आला.

" रे... तुझीच वाट बघत होतो. " ,

" आणि तू चल हा लवकर बरा होऊन... तिथे सगळे वाट बघत आहेत तुझी.. कोणाला करमत नाही तिथे... डॉक्टरला सांगतो, उद्या सोडायला तुला... जरा दम दिला कि होईल काम.. क्या !! " अविनाश विनय जवळ बसला.

" तू पण ना ... खरच .." विनय बोलला तशी अविनाशने त्याला मिठी मारली.

" खरंच यार ... चल लवकर.. नाही बर वाटतं त्या ऑफिसमध्ये... असाच बसून रहा.. काही नाही केलंस तरी चालेल.... पण तू ये ऑफिसला... " ....अवि..

" नाही रे... डॉक्टर सोडणार नाहीत.. " अवि नाराज झाला. तेवढ्यात त्याचे लक्ष रातराणीच्या फुलांवर गेले.

" वहिनी आलेल्या वाटते... " विनयला त्याने कोपराने ढकललं.

" गप्प रे... काही पण असते तुझं... " विनयला हसू आलं. तरी त्याचे लक्ष घड्याळात गेलं.

" तू जा... तुला लेट होईल परत जायला ऑफिसमध्ये.. "

" ते सोड .. आपलंच ऑफिस आहे.. आधी सांग... झोप लागली का तुला बरोबर.. " विनयचा चेहरा शांत झाला त्यावर. " तेच स्वप्न का पुन्हा " अवि सावरून बसला जरा.

" मला सांग... काय असते नक्की त्या स्वप्नात ... जरा detail मध्ये सांग... " ,

" समुद्रकिनारा .... असा दूरवर पसरलेला समुद्रकिनारा.... जरा पांढरी , जरा करड्या रंगाची मऊ मऊ वाळू.. वाळूवर जागोजागी शंख-शिंपले... थंडगार वारा.. आणि अथांग पसरलेला समुद्र.... एकटाच चालत असतो तिथे मी.. मी हि पांढरे शुभ्र कपडे परिधान केले आहेत. एक पांढरा सदरा आहे अंगावर... चालतो आहे असाच... किनाऱ्यावर नजर जाईल तिथवर कोणीच नाही... समुद्रात सुद्धा काही होड्या दिसतात दूरवर.. पुसट अश्या.. मग मी हि चालत राहतो , शंख-शिंपले वेचत.. ओंजळीत सुद्धा मावत नाही इतके.. तसाच ते ओंजळ भरून चालत जातो पुढे.. आणि अचानक एक सुगंध येतो... ओळखीचा.. रातराणीच्या फुलांचा.. विचित्र जरा, कारण सकाळी फुलतं नाही रातराणी... तरी सुवास येतो... त्या सुवासाचा माग काढत जातो तर पुढे एक मोठ्ठे झाडं दिसते रातराणीचे... तेही विचित्र.. रातराणी वडासारखी वाढत नाही... तरी तेवढ्याच उंचीचे झाड दिसते..आणि त्याखाली कोणी तरी बसलेलं दिसते... " ,

" कोण ? " अविने कुतूहलाने विचारलं.
" नाही माहित. एका विशिष्ठ अंतरावर थांबतो मी. तिथे एक अद्रुश्य भिंत आहे... काच कशी असते , दिसत नाही ... तशी... त्यापुढे जाऊ शकत नाही. पोहोचायचे आहे मला तिथे.... खुणावते ती रातराणी.. सारखी " विनयचं बोलून झालं.
" का आवडते रे तुला रातराणी... " ,
" आईमुळे.. मी लहान होतो ना... गावाला राहायचो.. तेव्हाची गोष्ट.. शेजारी-पाजारी सर्वच मोठी मुले..माझ्याशी खेळायला कोणी नसायचे. मग आईनेच सांगितलं होते... झाडांशी मैत्री कर... आणि तिनेच , एक रातराणीचे रोपटे आणून दिले होते. जप बोलली तिला... खूप नाजूक असते ती... ती माझी पहिली मैत्रीण .. बरं का.. मग काय, खूप छान गट्टी जमली आमची... तिच्याशी गप्पा मारायचो... जेवायला देयाचो तिला. चपाती- भात देयाचो तिला... ते आठवलं कि हसायला येते आता. त्यात आई खूप लवकर गेली माझी देवाघरी... तीची आठवण एकच, तेच

रातराणीचं रोपटं... तेव्हाही खूप रडलो होतो... त्या झाडाशी बसून.. "
आताही विनयचे डोळे भरत आलेले.

" घेऊन जाऊ का ती फुलं.... रडतो कशाला.. साल्या.. मला पण केलंस
ना emotional.... " अविने डोळे पुसले.

" नको रे... जीव आहे त्या फुलांत माझा.. म्हणून तर दिक्षा न चुकता
घेऊन येते... " ,

" तू लावलं आहेस ना झाड... ऑफिसच्या बाहेर... त्याचीच फुल आहेत
हि... " अविनाश निघाला. परत आला.

" तू तयार राहा... उद्या आला नाहीस ना... उचलून घेऊन जाईन... "
तडतडत निघून गेला...

" काय माणूस आहे ना... पहिला कसा भेटला होता.. आणि आता... "
विनय हसला स्वतःशी.

==

" by the way... दिक्षा काय काम करते. " जेवता जेवता विनयने
विचारलं.

" हा रे ..... तुला माहीतच नाही ना... कोण कोण काय करते ते... दिक्षा,
आपले सर्व graphics चे काम असते ना... ते करते... तो ग्रुप आहे
ना ... designer चा... तिथे असते ती. मोठ्या पोस्ट वर नाही तरी
तिचे designing sence छान आहे म्हणून तिचेच विचार घेतात सर्व..
त्यानंतर अव्या... अव्या आपल्या sales department मध्ये आहे. "
चंदन बोलत होता.

" अविनाश आणि sales मध्ये... कसं possible आहे... " ,

" त्याच्या भाषेवर नको जाऊ.. तो मराठीत तसाच बोलतो सर्वांशी.. आणि
त्याचे इंग्लिश ऐकलंस ना.. चाट पडशील... खरं सांगायचे झाले तर तो
आहे म्हणून आपला sale वाढला आहे... " विनयला समजलं.

" ४ मधले २ तर भेटले... बाकी दोघे कुठे आहेत... " विनय विचारतच
होता, तर त्याला समोरून एक मुलगा येताना दिसला. तिथे जेवत
असलेल्या सर्वांचे लक्ष त्याकडे गेलं. विनयच्या लक्षात आलं ते. तोही
त्याकडे बघू लागला. उंच गोरापान , घारे डोळे... perfect dressing...
त्याला साजेसे पायात शूज... आणि साजेशी उंची... एकदा मॉडेल यावा

अशी त्याची entry झाली. विनय भारावून गेला.

" काय personality आहे यार ... " विनय चट्कन बोलला.

" आहेच तसा तो... " चंदनही त्याकडे पाहत म्हणाला.

" म्हणजे असं अचानक मनात आलं त्याकडे बघून ... आपण काहीच नाही रे त्यामानाने... बघ ना.... जेवण सोडून सगळेच त्याकडे बघत आहेत.. " विनयने उसासा टाकला.

" तिसरे पात्र... हेमंत... राजबिंडा .... राजाच म्हणू शकतोस... मार्केटिंग मध्ये आहे.. ऑफिस मधल्या बऱ्याच मुली मरतात याच्यावर... हे बघूनच कळलं असेल ना तुला... पहिले अव्या आणि हेमंत ... एकत्र काम करायचे. रोज एकत्र यायचे हि ऑफिसला... ती भांडणे झाली आणि यांचे बोलणे कमी झाले... मित्रच होते घट्ट ... हा हेमंत, त्याच्या लुक मुळे आणि बोलण्यामुळे... समोरच्याला मोहवून टाकतो.. अव्या आणि हा... दोघांनी किती नवीन प्रोजेक्ट मिळवून दिले... कसला भारी बोलतो हा.. तरी गर्विष्ठ खूप... कारण काय... त्याचे रूप... अशी personality कोणालाही भुरळ घालते. तरी जास्त बोलत नाही कोणाशी... अव्या सगळ्यांशी बोलतो.. हेमंत , त्याचे काम असेल तरच बोलतो... मुलींना आवडत असला तरी त्याचा attitude नाही आवडत. even , मुलींना देखील complex निर्माण करतो हा.. " चंदन विनयकडे पाहत बोलला.

" मला झाला बाबा complex ... खरंच , solid आहेत सर्व... " विनयने चंदनच्या पाठीवर थाप मारली.

" आणखी एक बाकी आहे... ",

" कोण ? " ,

" दिसेल बघ तुला... वीज आहे... दिसेल तेव्हा डोळे दिपून जातील.."

===

विनयला आज काम नव्हतं. infact , कालच त्याचे काम झालेलं. मग काय करणार, ऑफिसमध्ये असंच बसून सुद्धा कंटाळा आला. " मी जाऊन येतो खाली .. " विनयने चंदनला सांगितलं आणि तो खाली आला. त्याच्या bike वर येऊन बसला. बघितलं तर कोणीच नव्हते तिथे.... बरं

झालं, निवांत गाणी ऐकूया. कानाला हेडफोन लावले आणि आवडीची गाणी सुरु केली मोबाईलवर. छान , मंद वारा वाहत होता. पावसाचे काही रेंगाळलेले ढग, उगाचच आभाळभर फिरत होते वाऱ्यासोबत. थंड हवामान... एकंदरीत , खूपच छान वातावरण होते. त्यात मोबाईल वर त्याच्या आवडीच्या गजल सुरु होत्या.

अश्यातच एक scooty आली. एक मुलगी त्यावर. विनयचं लक्ष गेलं तिच्यावर. तोंडावर स्कार्फ बांधलेला. चेहरा दिसतं नव्हता. पण डोळे... अहाहा !! काय डोळे होते ते.. एखाद्याने नजरेचे बाण चालवावे आणि ते आपण काही तक्रार न करता झेलावे , तसं झालं विनयचे. बघतच राहिला त्या डोळ्यात. तिने त्याच्या पासून काही अंतरावर scooty पार्क केली. नकळत तिची नजर विनयच्या नजरेला भिडली..... क्षणभरासाठीच... आणि विनयच्या मोबाईल वर गाणे लागले.... " होशवालों को खबर क्या.... ,बेखुदी क्या चीज़ है..... ,इश्क कीजिये फिर समझिये, ज़िन्दगी क्या चीज़ है.... " ... अगदी कमाल ना... अद्भुत होते ते काहीसं... filmy situation.. !!

तिने मग विनयकडे पाठ केली आणि तिची scooty सरळ उभी केली. हळूच चेहऱ्यावरचा स्कार्फ काढला. अजूनही पाठीमोरीच ... बरं का... , विनय कधीचा बघत होता तिला. फिक्कट निळ्या रंगाचा ड्रेस तिचा. महागातला असणार नक्की. पायात सँडल सुद्धा भारी. हवेचा झोत आला तिच्या दिशेने. तिच्या perfume चा सुगंध... विनयच्या नाकातून थेट मनात शिरला. व्वा !! शहारून सोडलं हिने तर... सगळं slow motion मध्ये सुरु आहे असंच विनय ला भासत होते.

हळूच ती मागे वळली..केसांच्या बटा चेहऱ्यावर आल्या त्या वाऱ्यामुळे. एक हलकासा झटका देतं तिने ते केस मागे नेले. दिसला पूर्ण चेहरा तिचा. डोळ्यांनी तर आधीच वेड लावलं होतं. त्यात भर पडली ती त्या आखीव -रेखीव चेहऱ्याची... गोरी.. उजळ चेहरा... विनय तर गपगार झाला ते सौंदर्य बघून .. त्यात कानात ते कातिल गाणे सुरु होते... ती हलके हलके पावलं टाकत विनयच्या बाजूने गेली. जाता जाता एक कटाक्ष टाकला तिने विनय वर... नजरानजर झालीच पुन्हा.. त्यावेळी सुरु असलेली गाण्याची ओळ विनयच्या कानात सामावून गेली.... "

उनसे नज़रें क्या मिलीं.... , रौशन फ़िज़ाएँ हो गयीं... , आज जाना प्यार की... जादूगरी क्या चीज़ है... " ... विनयचा जीवच गेला तिथे. कोणी बघा किंवा बघू नका... मी माझं अस्तित्व दाखवणारच... , असा attitude तिचा... गेली पुढे ती, विनय तर ती पार नजरे आड होईपर्यंत बघत होता. एका क्षणाला ती आत वळली. वाकून बघता बघता bike वरून तोल गेला विनयचा. पडता पडता सांभाळलं स्वतःला त्याने.

विनय थोड्यावेळाने जागेवर येऊन बसला. आणि बसला तो बसलाच. कितीतरी वेळ तसाच बसून होता तो.

" काय झालं रे.. " चंदनने विचारलं.

" विचारू नकोस... काय बघितलं ते सांगता येणार नाही.... " चंदनला हे विचित्र वाटलं.

" सकाळी सकाळी भूत बघितलंस कि काय... " ,

" नाही रे... एक मुलगी दिसली खाली... मला तिचे वर्णन करता येणार नाही... म्हणजे काहीतरी जबरदस्त होती ती... डोळे दिपून गेले. " चंदन समजून गेला.

" हि होती का... " त्याने मोबाईल मध्ये असलेला एक फोटो दाखवला.

" हीच... हीच होती ती... पण तुला कसं कळलं हे सुद्धा " विनय सावरून बसला.

" बोललो होतो ना.. वीज आहे ती ... दिसेल तेव्हा डोळे दिपून जातील... तसेच झाले ना.. " ,चंदन हसत म्हणाला .

" म्हणजे .... अनुजा... " चंदनने होकारार्थी मान हलवली.

" yes my friend .... HR आहे ती आपल्या ऑफिसमध्ये... काही दिवस सुट्टीवर होती... आजच पुन्हा जॉईन करणार होती.. तेव्हाच तुला दिसली आज.. इतक्या उशिरा... नाहीतर ती ९ ला हजर असते. " ,

" HR ...HR बोललास का.. " ,

" हो, HR आहे ती... त्यामुळे जरा सांभाळून वाग तिच्याशी.. " ,

" तापट आहे का .. चेह्र्यावरून तर वाटत नाही... " ,

" आधी माझे बोलणे तर पूर्ण होऊ दे रे... " ,

" सॉरी सॉरी... बोल तू.. " ,

" तापट नाही... पण तिला कसे सर्व perfect लागते. चुका केलेल्या

आवडत नाहीत. शिस्तप्रिय आहे खूप. मोजकेच बोलते. परंतु त्या हेमंत सारखा attitude नाही हा.... बडबड अजिबात आवडत नाही. काम एके काम... तुला ती अशीच.. उगाच कुठे बोलत उभी दिसणार नाही... फिरताना दिसणार नाही... पण मला वाटते, तुझ्याशी पटेल तिचे... ",

" कस काय .. ",

" तीही कविता करते... तू सुद्धा.. ",

" वा !! तुला हे हि माहित आहे तर ... मी कविता करतो ते... ",

" मला सगळे कळते रे... कविता करतोस ... गाणी गातोस... गिटार वाजवायचे वेड आहे.. तिचे सुद्धा हेच छंद आहेत.. ",

" तरी किती भारी दिसते ना ती.. तो हेमंत कसा handsome आहे... त्यापेक्षा सुद्धा किती सुंदर आहे हि.. ",

" हेच आवडत नाही तीला... तिची स्तुती...ऑफिसमधल्या प्रत्येक मुलीचा एकच विषय ... अनुजा... फक्त दिक्षाच आहे, जी तिच्या समोर उभी राहू शकते. बाकी कोणालाच जमत नाही ते. घाबरत नाहीत तरी एक प्रकारचा दरारा आहे तिचा. नजर बघितली ना तिची.. काहीतरी feel झालं असेल नक्की... ",

" अरे .... फील बोलतोस... थेट हृदयाला भिडली ती नजर.. अजूनही जाणवते आहे मला. भेदक नजर. त्यात ती दिसायला सुंदर. बघ.. आताही शहारा आला अंगावर. " .....विनय...

" तिला वीज का बोललो ते समजलं असेल तुला.. बरेच जण, फक्त तिला बघायला येतात ऑफिसमध्ये.. . तुला माहित नाही.. तिचा time ठरलेला आहे... बरोबर सकाळी ९ वाजता येते ती... त्या पार्किंग पासून आपल्या ऑफिसच्या लिफ्ट पर्यंत मुलं उभी असतात... तिला बघायला फक्त. आणि हे सर्व तिलाही माहित आहे.. पण ती कोणाला भाव देत नाही... हेही तितकंच खरं.... तर जरा सांभाळून .. बरं का... " चंदन पुन्हा कामाला लागला. विनयने त्याचे काम सुरु केलं तरी त्याच्या डोळ्यासमोरून अनुजा जातंच नव्हती.

" म्हणजे एक कळलं " विनय थोड्यावेळाने बोलला. चंदन त्याकडे वळला... "सगळेच ग्रेट आहेत... ",

" बोललो होतो आधीच.. हे चार जणं या ऑफिस वर राज्य करतात.

आपले मोठे सर आहेत बॉस म्हणून.. तरी हे आहेत म्हणून ऑफिस आहे. आणि म्हणूनच हे ४ होते त्या टीम मध्ये... घट्ट मित्र चौघेही... आता फक्त कामापुरतेच बोलतात. " ,

" त्यात तुही होतास ना.. " ,

" होतो.. अजूनही आहे... पण हे चौघे खूप छान मित्र होते.. एकत्र जेवण.. एकत्रच निघायचे घरी. यात एकी होती म्हणून हे सर्व ऑफिस छान आनंदी होते... आता बघ कस शांत शांत असते.. " ,

" एकत्र आणू यांना.. " ,

" सोप्प नाही ते... पाहिलंस ना... किती जबरदस्त आहेत ते... ते एकत्र होते ती देवाची कृपा... पुन्हा एकत्र येतील का माहित नाही... प्रत्येकाला सांभाळणे ... खरच कठीण आहे.. " ,

" मी करतो प्रयन्त... " विनय मनापासून बोलला.

" कर try .. पण बघ... सांभाळून जरा... "

===

विनयच्या डोळ्यासमोरुन गेला हा सर्व सिनेमा. काय दिवस होते ना ते.... मंतरलेले दिवस अगदी. किती प्रयन्त केले या सर्वांना एकत्र आणण्यासाठी. पण सुरुवात झाली ती ... त्या दिवशी.

" चंदन .... तू सगळ्यांना मेल करू शकतोस ना एकाचवेळी... " ,

" सगळे म्हणजे कोण ? " ,

" पूर्ण ऑफिसला.. " ,

" का... आणि कसला मेल " ,

" अरे आज दुपारी ४ वाजता मी एक कार्यक्रम ठेवला आहे. मी गाणी गाणार आहे. " चंदन हसला त्यावर....

" कोणी permission दिली... " ,

" मोठ्या सरांनी... " ,

" हो हो... विसरली मी.. तुझी ओळख मोठ्या केबिन मधली आहे... तरी , माझ्या मित्रा... तुला आजच एक महिना झाला इथे... तुला कोण ओळखते... एक मी सोडलो तर इतर ४-५ जण.. कोण येणार ऐकायला .. " ,

" तरी कर ना मेल... " शेवटी चंदनने त्याचे काम थांबवले आणि विनय

समोर बसला.

" हे बघ विनय.. तुला गाणी गायची आहेत, गिटार वाजवायचे आहे ... मी येतो ऐकायला . पण हे मेल वगैरे नको... तसही इथे कोणाला interest नाही या सर्व प्रकारात आता...त्यात पुन्हा भांडणे वगैरे नको.. तुला permission मिळाली आहे... तू वाजव... मी येतो वेळेवर.. बाकीच्यांना मेल नकोच.. ठीक आहे ना ... " एवढं बोलून चंदन त्याच्या कामात गुंतला.

सगळे कामात होते. अचानक गिटारचा आवाज येऊ लागला. चंदनने घड्याळात पाहिलं. ४ वाजले होते. " याने सुरुवात केली वाटते .. " चंदन मनातल्या मनात बोलला. खरंच त्याने गाणे सुरु केले होते. चंदनने त्याचे हातातले काम पटापट संपवून १५ मिनिटांनी पोहोचला तिथे. त्या आधीच १०-१५ जण होते तिथे. अरे व्वा !! मला तर वाटलं होते कि मीच असेन ... इथेतर आधीच आले आहे audience... सुंदर आवाज लागला होता विनयचा शिवाय आवाजही खणखणीत.. गिटार वर सुद्धा छान सूर लागले होते. एकंदरीत पाहता पहिलं गाणे फारच छान झालं. टाळ्या वाजल्या. चंदनने आजूबाजूला पाहिलं ... किती गर्दी झाली होती. पण महत्वाचे... एका कोपऱ्यात दिक्षा आणि चहाच्या मशीन जवळ अविनाश... हे सुद्धा होते. आवाजच इतका छान होता... सगळेच आकर्षित झाले. दुसरे गाणे सुरु केले त्याने. ते गाणे मध्यावर असताना, अनुजाची entry झाली. बहुदा , ती सुद्धा गाणी ऐकायलाच आली असावी. कारण परत फिरून न जाता , एका ठिकाणी उभी राहिली ती सुद्धा... सुंदर झालं दुसरं गाणे हि... पुन्हा टाळ्या वाजल्या... चंदनने नजर फिरवली. जवळपास सर्व ऑफिस होते आता तिथे... कमाल केली याने.

आणखी १५ मिनिटे विनयचा कार्यक्रम झाला. खास करून मोठे सर सुद्धा काही वेळेसाठी आलेले. एकंदरीत छान झालं सगळं. एका वर्षानंतर असं काही झाले होते ऑफिस मध्ये, त्यामुळे तिथे जमलेले सारेच खुश झाले. थोडे काही बोलावं म्हणून विनयने गिटार बाजूला ठेवली आणि उभा राहिला. " Hi ... मला ओळखत नाहीत जास्त लोकं

अजूनही... मी विनय... आजच मला १ महिना झाला या ऑफिसमध्ये. मला कोणालाही इंप्रेस करायचे नव्हते. फक्त इथल्या लोकांशी ओळख करायची होती. मी ऐकलं आहे कि इथे आता पाहिल्यासारखे कार्यक्रम होतं नाहीत, खरंही असेल ते.. तरी मी एक छोटा प्रयन्त करून पाहिला... I hope ... तुम्हाला आवडला असेल... " सगळ्यांनी " हो !! " म्हटले. " thanks !! " विनयला आनंद झाला. " आणखी काही बोलू का... मी एक महिना बघतो आहे.. कोणी कोणाला साधं " good morning " सुद्धा बोलत नाही. का ते माहित नाही... निदान त्याला पैसे खर्च करावे लागत नाहीत असे वाटते मला... हेच बोलायचे होते... आजचा दिवस आणि हा आठवडा सुद्धा गेला. येणाऱ्या सोमवार पासून .. मी सुरु करणार आहे हे असे बोलायला... तुमचा समोरून रिप्लाय आला नाही तरी काही नाही... मी बोलणार.. चालेल ना.. " सर्वांनी माना डोलावल्या. हे ऐकायला त्या ४ पैकी फक्त अव्या थांबला होता. हेमंत तर आलाच नाही. दिक्षा , अनुजा आधीच निघून गेलेल्या.

चंदन हळूच अविनाशच्या शेजारी जाऊन उभा राहिला. " काय अव्या... काय बोलतोस.. इथे कसा... ",

" असाच...काय नाय.... आपल्या ऑफिस मध्ये कोण आलं गिटार घेऊन.. ते बघायला आलो... बरा भेटला हाय timepass .... पण सांग त्याला.. जास्त दिवस चालणार नाय ते... ",

" का ? ",

" माहित आहे ना तुला चंद्या... आणि परत विचारतोस... कोणाला आवडत पण नाय आता हे.. ",

" आवडत नाही... हि गर्दी आपल्या ऑफिसमधलीच आहे ना.. आणि आवडलं म्हणून तुही थांबलास ना... बघ... बदलेलं आता सर्व.. " अव्याने चहाचा कप घेतला... एकदा चंदनकडे , नंतर विनयकडे एक नजर टाकून निघून गेला.

आणि खरंच, फरक तर जाणवतं होता. कारण त्या दिवसापासून विनयला सगळेच ओळखायला लागले होते. शिवाय " गुड मॉर्निंग " बोलणे सुरु झालेलं. सर्वच बोलत नसले तरी सुरु तर झाले होते. " Good morning दिक्षा... " चंदन दिक्षाच्या डेस्क जवळ आला.

दिक्षाने कामातून डोकं वर काढलं.

" हे काय नवीन.. " ,

" सहज... रिप्लाय तर दे Good morning चा... " ,

" हो हो ... Good morning .. पण मधेच का.. " ,

" मधेच कुठे दिक्षा... हे आपण आधीही करायचो... विसरलीस का... " ,

" हो... विसरले... आणि तुही विसरून जा... " ,

" दिक्षा... काही नवीन होते आहे... तर होऊ दे ना ... " चंदनच्या या वाक्यावर दिक्षा काही न बोलता कामात गुंतली.

दिवस पुढे जात होते तशी विनयची ओळख वाढत होती. दर शुक्रवारी त्याचा गाण्याचा कार्यक्रम ठरलेला. आतातर सगळे यायचे, हेमंत सोडला तर बाकी सगळ्यांची हजेरी असायची. तो "फरक " सगळ्यांनी आपलासा करून घेतला होता. पण आता विनयला काहीतरी वेगळं करायचे होते. चंदनला त्याने त्याचे मनोगत सांगितले.

" अरे बाबा.... काय वेड-बीड लागलं आहे का... ",

" वेडेपणा काय त्यात... तिला जाऊन फक्त बोलवायचे आहे... " ....

" हे बघ... तू तिला फक्त बघितलं आहेस ... ३-४ वेळेला.. मी ओळखतो तिला.... सांगतो ते ऐक... नको भलता प्रयत्न करुस... ",

" ok .... एक काम करू... मला घेऊन चल तिच्या पाशी... मीच बोलतो ... " हा काही ऐकणार नाही... म्हणत चंदन तसाच त्याला घेऊन गेला अनुजाकडे.

" Hi अनुजा... " चंदन, तसं अनुजाने मागे वळून पाहिलं. विनयशी नजरानजर झाली. तीच ती घायाळ करणारी नजर, विनय तर वेडाच होता त्या नजरेचा. पण यावेळेस त्याने सांभाळलं स्वतःला.

" बोल चंदन... " अनुजा बोलली.

" हा विनय... याला ओळखतेस ना.. " अनुजाने एकदा नजर फिरवली विनय वर.

" हम्म " अनुजाने पुन्हा कामात डोकं घातले. " याला काही बोलायचे आहे तुझ्याशी... मी निघतो... " चंदन सटकला तिथून.

" बसा मिस्टर विनय... " अनुजाने कामात लक्ष असतानाच त्याला बसायला सांगतले. " तुम्ही बोला.. मी ऐकते आहे. " ,

" या महिन्यात तुमचा birthday होता ना.... " विनयच्या या वाक्यावर तिने तिचे काम थांबवले क्षणभर.

" So ... then ... ??" ,

" उद्या महिन्याचा शेवटचा दिवस आहे... या महिन्यात ज्याचे वाढदिवस होते , त्या सर्वांचा एकत्र बर्थडे सेलेब्रेट करणार आहोत.. मोठ्या सरांची permision आहे... " ,

" तर ... " ,

" तर उद्या या बरोबर ४ वाजता केक कापण्यासाठी.... " अनुजा बघत राहिली त्याकडे... थेट आमंत्रण...

" मिस्टर विनय ... तुम्ही गाता छान ... गिटार वाजवता... कामात छान आहात... याचा अर्थ असा नाही कि तुम्ही जी गोष्ट कराल ती छान च असेल.." ,

" छानच आहे ना... सगळ्यांना आवडलं, म्हणून तयार झाले ना.. तुम्ही राहिला होता म्हणून सांगायला आलो. " ,

" मग जे तयार आहेत ना... त्यांना घेऊन करा celebration.. मला काही interest नाही... तुमचे बोलणे झाले असे समजते मी. जाऊ शकता तुम्ही.... " आणि अनुजा पुन्हा कामाला लागली.

" मला माहित आहे, मी नवीन आहे इथे.. तरी बोलतो... दिवसाचे २४ तास, त्यातले झोपेचे ८ तास सोडले तर उरलेल्या १६ तासातले.... जवळपास १० तास आपण इथे ऑफिस मधे असतो. घरी गेल्यावर सुद्धा घरातल्याशी इतके बोलणे होतं नाही , जेव्हडे आपण इथल्या लोकांशी बोलतो. एक प्रकारचे कुटुंबच आहे ना हे सगळे.. आणि कुटुंबातील सदस्यांचा वाढदिवस आपणच साजरा करणार ना.. माहीत आहे तुम्ही कामात सतत बिझी असतात.. म्हणून ... जास्त नाही... फक्त १०-१५ मिनिटांसाठी वेळ काढा... थँक्स.. " म्हणत विनय निघून गेला.

विनय निघून गेला तरी अनुजा तिच्या बोलण्याचा विचार करत होती. कारण पहिल्यांदा असं कोणी तरी थेट बोलत होते कोणी. बरेच जण बोलायचे तिच्याशी, काही कामानिमित्त ... आणि उरलेले तिची स्तुती करण्यासाठी फक्त....एक दिक्षा सोडली तर तिच्याशी पर्सनल

बोलायला कोणीच नव्हते. आतातर दिक्षाशी बोलणे होतं नाही. आधी बोलायचो तरी. तिलाही आठवलं, घरी कोणाच्याही लक्षात नाही , या महिन्यात माझा वाढदिवस होता ते. संद्याकाळी घरी पोहोचली तेव्हा तिने पहिले आईला विचारलं. " मॉम .... या महिन्यात काही होते का... माझ्या लक्षात नाही. तुला आठवते का बघ. " आईला तर नाहीच , तिच्या वडिलांनाही विसर पडलेला. अनुजा रात्री न जेवताच झोपली. हे आपल्या जगात बिझी असतात, पप्पा त्यांच्या बिजनेस मध्ये आणि आई तिच्या मैत्रीणी मध्ये... माझ्यावर लक्ष तरी कुठे असते यांचे.... आज जेवली नाही ,ते सुद्धा माहित नाही यांना. ऑफिस मधल्या सगळ्या लोकांचे मेल आले वाढदिवसाच्या शुभेच्छाचे. पण खरंच का ... इतके सगळे बिझी झालेत कि आपणच वेगळे राहत आहोत या पासून... रात्रभर विचार करत होती.

ठरल्याप्रमाणे, पुढल्या दिवशी सर्व ४ वाजता जमा झाले. विनयने नजर टाकली सर्वांवर. त्या " ४ " पैकी कोणीच नव्हते. जरासा नाराज झाला स्वतःवर. पण पुढच्याच क्षणाला जरा कुजबुज सुरु झाली. कारण अनुजा आलेली ना. सगळ्यांना आश्चर्य वाटलं. त्याचीच कुजबुज होती ती. पण ती आली तशी एका कोपऱ्यात जाऊन उभी राहिली. विनय त्यावर काही बोलणार तर अनुजाचं बोलली... " मी फक्त cake cutting .... बघायला आली आहे.. जास्त कोणी फोर्स करू नका.. " ती आलेली हेच खूप होते. उरलेल्या लोकांनी केक कापला, मिळून खाल्ला. सारेच आनंदात. पहिले असे असायचे सोहळे इथे. त्यामुळे सगळ्यांना आवडले हे. अनुजा केक खाण्यास थांबली नाही. तरी विनयने ४ डिश मध्ये केक घेतला. " त्या " चौघांसाठी ४ डिश... पहिला तो अनुजाकडेच गेला. तिच्या पुढ्यातच केक ठेवला.

" मला माहित आहे, तुम्ही असलं काही खात नसणार. तुमचा फिटनेस पाहिला कि कळते ते, तरी लहानसा तुकडा आणला आहे... तुम्ही आलात , खूप बरं वाटलं... प्लिज .. एवढंसं खा... प्रेमाने आणला आहे. " विनय केक ठेवून पटकन निघून गेला. अनुजाला हसू आले. पण काही म्हणा... तिलाही बरं वाटलं.

पुढचा स्टॉप , अव्या.. विनय जरा घाबरतच त्याच्या डेस्क वर गेला. स्वारी कामात बिझी. विनयने गुपचुप त्याच्या समोर डिश ठेवली आणि सटकला. अव्याने एकदा पाहिलं केक कडे... आणि विनयला हाक मारली..

" अय बुलेट... " ,विनय थांबला

" बुलेट ?? " विनयने उलट विचारलं.

" बुलेटचं आहे ना तुझ्याकडे... तुझं नावं लक्षात नाही... ये इकडं... " अव्या केक खात म्हणाला. विनयला जरा भीती वाटली. " बस " घाबरतच बसला.

" मी येणार होतो.. मुद्दाम आलो नाय .. पुन्हा कोणी बघितलं तर भांडणं होतील म्हणून.. तुला का थांबवलं... बोलायचं होता तुझ्या बरोबर... " ,

" बोला ... " ,

" गेल्या महिन्याभरात तुला सगळं ऑफिस ओळखायला लागलं... हिरो झालास तू.. गाणी म्हणतोस ... गिटार वाजवतो... हे आवडते सगळ्यांना... पण त्यापेक्षा सगळे जमतात एकत्र ... ते आवडलं मला... महिन्याभरात वातावरण बदलून टाकलास मित्रा... मानलं पाहिजे तुला... सगळे एकत्र जमतात.. गप्पा मारतात.. हसतात , बोलतात , मस्करी करतात.. छान वाटते.. असंच होते पहिले ऑफिस... फक्त एक... हे जे सुरु केलं आहेस ना.. ते सांभाळून कर.. कारण तुला भूतकाळ माहित नाही.. असो, छान वाटलं... केक सुद्धा लय आवडला. तूच आणला असणार.. आणि हा अनुजाच्या आवडीचा आहे... हेही माहित आहे मला.. " ,

" हो.. आधी तुमच्याकडे होते ना हे.. कोणता केक आणायचा ते... चंदन ने सांगितलं मला.. " ,

" बरं... आता आला आहेस तर जरा माझ्या PC च काम आहे बघ... " ,

" ५ मिनिटांनी येतो.. " चंदन हेमंतच्या दिशेने गेला.

" Hi हेमंत.. हे तुझ्यासाठी ... " विनयने हेमंत समोर डिश धरली.

" हे बघ.. तुझं नाव काय आहे माहित नाही मला.. आणि त्यात इंटरेस्ट पण नाही. " ,

" अरे पण केक आणला आहे फक्त तुझ्यासाठी.. तू नव्हता ना तिथे... " विनय बोलला.

" तो घेऊन जा... आणि सरळ सांगतो... मी नेहमी तोंडावर बोलतो... सरळ बोलतो... ते फिरवून फिरवून बोलणे जमत नाही. ऐक... हे जे तू सुरु केलं आहेस ना... सगळा बनाव आहे. कोणाला इंप्रेस करायचे आहे माहित नाही... मोठ्या सरचा चेला आहेस म्हणून सगळं खपवून घेतो आहे.. तरी... जोपर्यंत मी आहे इथे तोपर्यंत दुसरं कोणीच माझ्या समोर उभं राहू शकत नाही.. जास्त दिवस टिकणार नाही हे... हेमंत नाव आहे माझं.... लक्षात राहू दे... " असं म्हणत हेमंत निघून गेला. काय झालं याला... मी तर फक्त केक देयाला आलो होतो. आणि मी कुठे कोणाला इंप्रेस करतो आहे. येडाच आहे हा... स्वतःशीच हसला विनय आणि दिक्षा कडे गेला.

" Hi .... " विनयने दिक्षाला हाक मारली. तिने कानाला इअरफोन लावले होते. " Hi .. " विनयने पुन्हा हाक मारली. तरी तीच लक्ष नाही. मग विनयने केक तिच्या पुढ्यात ठेवला.

" हे काय ? " तिने वळून पाहिलं विनयकडे.

" याला इंग्लिश मध्ये cake असे म्हणतात ... तुझ्यासाठी आणला. ",

" थँक्स .. पण नको आहे मला... नाही खात मी... नाही आवडत मला... "
,

" पहिलं तर आवडायचे ना... " विनयच्या या वाक्यावर दिक्षा काही बोलली नाही. " काही नसते असे.. मज्जा करायची. छान जगायचे... का कोणावर रुसून राहायचे.. कोणाशी अबोला धरायचा ... कशाला ते.. आणि तुम्ही आधी तर मित्र होता ना सगळे छान.. मग... " दिक्षा केक कडे पाहत होती.

" खा ... तुझ्यासाठीच आणला आहे... तू आली नाहीस तिथे... आली असती तर बर वाटलं असते मला..नक्की खा... पुन्हा सांगतो.. असं नाही राहायचे गप्प गप्प... एकच life आहे ना... जगून घेयाचे प्रत्येक वेळेस .. " दिक्षाने केक घेतला हातात. " आणि हा आणखी एक.. " विनयने आणखी एक डिश ठेवली तिच्या समोर.

" हा कशाला आता... " ,

" हा तुझ्या ड्रेस साठी.. मला blue color खूप आवडतो... आणि तुझे ड्रेस खूप छान असतात, त्याबद्दल खूप ऐकलं होते... म्हणून एक माझ्याकडून केक.. दुसरं कारण, तुझ्या आता येणाऱ्या smile साठी... .. आली बघ... " खरच , ते बोलणं ऐकून दिक्षाच्या चेहऱ्यावर smile आली. " मला तुझी smile खूप आवडते... " विनय हसतच निघून गेला.

विनयला सगळं आठवतं होते. दोन महिने झाले ना आज. आपण हॉस्पिटल मधेच आहोत. सगळे येतात चौकशी करायला. हे चौघे येतात अधूनमधून .... अव्या रोज येतो डब्बा घेऊन दुपारचा. दिक्षा, मी सकाळी जागे होण्याआधी रातराणीची फुलं घेऊन येते. अनुजा फार कमी वेळेस येते. हेमंत तर येतोच , दर २ दिवसांनी... सुरुवातीला खूप विचित्र होता ना... पण नंतर चांगला बोलायला लागला. नेहमी कसा राग राग करायचा माझा. तशीच एक भेट आठवली त्याला.

त्यादिवशी, विनय ऑफिसच्या आवारात असलेल्या बागेत काही करत होता. चंदन आणि अव्या होता तिथेच. हेमंत आला गेटमधून. विनयला बघितलं त्याने. मुद्दाम हसला त्याला बघून.
" हेच होणार होते... सारखा पुढे पुढे करतो ना... कचरा उचलायला लावला शेवटी.. " चंदनने ऐकलं ते..
" हेमंत... नीट बघ... रोपटं लावतो आहे तो... कचरा नाही उचलत... " हेमंत ने पुन्हा बघितलं त्याकडे.
" तरीही... मातीतच राहणार तू... माझी बरोबरी करू शकत नाही तू.... " गॉगल लावला डोळयांवर आणि निघून गेला. अव्याने सुद्धा ऐकलं ते..
" याला देऊ का खर्चापाणी... " अव्या बडबडला.
" नको.. राहू दे... प्रत्येक वेळेला काय मारामारी.. आणि विनय... आवर आता तुझे.. झालं ना झाड लावून... " ,
" झाडं नाही रे... रातराणी... " विनय प्रेमाने म्हणाला.
" हो हो... रातराणी... चल आता.. " अव्या बोलला. दोघे गेले पुढे. विनय बागेतून बाहेर आला. तर समोरून दिक्षा येतं होती. तसाच झट्कन वळला आणि दिक्षा कडे पाठ केली त्याने. तिलाही त्याचा तो अवतार

बघून हसायला आले.

 " wow !! congratulation... !! " , दिक्षा मागून पुढे आली. विनयला कसंसं झालं..

" कश्याबद्दल.. " विनयला कळलं नाही.

" promotion झाले म्हणून... " आणि दिक्षा स्वतःच हसली.

" हाहाहा.... very funny ... मी जरा बागेत काम करत होतो. ",

" कोणी सांगितलं का हे झाड वगैरे लावायला.. कि माळी तुला पैसे देतो याचे पण... " पुन्हा हसली...

" by the way .... त्याला झाडं नाही... रोपटे असे म्हणतात... शुद्ध मराठीत... समजलं का मॅडम.. " ,

" हो हो... समजलं " दिक्षाने मान हलवली. हे दोघे बोलत बोलत लिफ्ट जवळ आले.

" जरा ते बटन दाबा ना मॅडम.. माझे हात खराब आहेत म्हणून... नाहीतर मीच मदत केली असती तुम्हाला.. " उगाचच टोमणा मारला विनयने.

" हो सर... करते हा तुम्हाला मदत... " लिफ्ट आली तसे दोघे आत शिरले. विनयला तिने निरखून पाहिलं.

" काय ते ध्यान... असाच बसणार आहेस का ऑफिस मध्ये... " ,

" किती काळजी करतेस ना माझी तू .... थँक्स... " विनय मस्करी करत बोलला.

" excuse me... काळजी वगैरे काय... कपडे खराब आहेत... ऑफिस मध्ये सगळे मातीचे पाय उमटणार.. म्हणून बोलते आहे. ... बाकी काही नाही.. " ,

" हो हो... तुझा ड्रेस पण खराब होईल ना मग.. पण एक सांगू का.. means तुला इंप्रेस करायला बोलत नाही... चंदन बोलला होता.. तुझे dressing sense छान आहे खूप... दिसते रोज ते... तुला बघितलं ना ऑफिसमध्ये तर बघावंसं वाटते सारखं.. तरी असं वाटते कि तुझ्यामुळे त्या ड्रेसना चारचाँद लागत असतील... बरोबर ना... " दिक्षा लाजली जरा.. पण तिने लगेच आवरलं ते लाजणे... लिफ्ट सुद्धा थांबली होती.

" मस्का लावून झाला असेल तर.. जा कपडे change करून ये... माती

लागली आहे सगळी कडे... " असं बोलून दिक्षा लगेचच निघून गेली. actually , तिला हसू येतं होते विनयच्या बोलण्याचे... ते हसू थांबवत पळतच जागेवर आली. विनयलाही समजलं होते ते. कपडे साफ करण्यासाठी जावे लागणारच होते, नाहीतर मागून गेलो असतो. विनय मनातल्या मनात हसला.

काय छान दिवस होते ना ते. दूर गेलेले एकत्र येतं होते हळू हळू. हेमंत तेव्हा नाटकं करायचा उगाचच. अव्या तर मित्रच झालेला. अनुजा सोबत तेव्हाही भीती वाटायची.. आताही वाटते म्हणा. त्याचे विचार सुरु होते. आणि अनुजा आलीच त्याला बघायला. विनय जिथे ॲडमिट होता.. त्या रूमला लागूनच एक बाल्कनी होती. तिथेच उभा होता विनय.

" काय रे... आराम करायला सांगितलं ना.. मग इथे काय करतोस... " आल्या आल्या विचारलं तिने.

" आठवणी... आपले जुने दिवस आठवतं होतो... " ,

" पुन्हा तेच तेच... " ,

" काय करू... आठवणी आहेत त्या... येणारच पुन्हा पुन्हा परतुनी... बरं ते जाऊदे .. तू कविता करणार होतीस ना... केलीस कि नाही... " ,

" हो... केली आहे...तुला आवडेल का माहित नाही... तू बोलला म्हणून केली. " ,

" बरं आहे ना मग... मी बोललो म्हणून लिहिते तरी..किती मुडी असतात ना कवी... " तशी अनुजाने त्याच्या पाठीवर चापट मारली.

" किती आगाऊ आहेस तू... " ,

" ऐकव आता .. कि मुहूर्त काढणार आहेस... " विनय हसत बोलला.

" थांब ... " अनुजाने एक दीर्घ श्वास घेतला.

" Comeback like rains.

Be the soft drizzle ,

or be the storm if you may.

And I promise to hold my hands out of the window,

And listen to the thunder without flinching my eyes.

But you have to comeback like rains,

All of sudden-

Taking over my entire sky,
Not leaving a space behind,
So you must comeback like rains."

झाली कविता... छान संध्याकाळ होती. मावळतीचा सूर्य होता सोबतीला. विनयला गलबलून आलं. अनुजाला समजलं ते. " बघ ... म्हणून करत नव्हते कविता. तुला वाईट वाटलं ना..... सॉरी, खरच सॉरी... " आता अनुजाच्या डोळ्यात पाणी आलेलं. तशीच " Bye " म्हणत धावतच बाहेर आली. विनय समोर रडायचं नाही कोणी, असं ठरवलं होते सर्वांनी. एका झाडाआड गेली. मनसोक्त रडली. नाहीच थांबवू शकली स्वतःला. तिची scooty सुरू केली आणि परतीची वाट धरली तिने. तरी पाणी होतेच डोळ्यात... बाजूलाच एक बाग दिसली तिला. जाऊन बसली तिथेच. " का केलंस विनय तू असं... का नाही सांगितलं आधी ... का आलास माझ्या life मध्ये.. " एकटीच रडत बसली. थंडीचे दिवस. कातरवेळ.. संधीछाया..... आठवलं तिला काही....

===

अनुजा एका महत्वाच्या कॉल वर होती. त्यामुळे वर ऑफिसमध्ये न बोलता, खाली पार्किंगमध्ये फोनवर बोलत होती. पुढच्या १५-२० मिनिटांनी तिचे बोलणे संपले. निघायला वळली तर समोर विनय. त्याच्याच बुलेट वर बसलेला आणि कानात इअरफोन... गाणी ऐकत बसलेला. अनुजा तशीच त्याच्या जवळ आली. ती जवळ आली तस त्याने कानातले इअरफोन काढले.

" मिस्टर विनय... आपले ऑफिस वर आहे. हा तळमजला आहे... शिवाय पार्किंग...मध्ये आहात.. " ,

" मग ... " ,

" मग तुम्हाला काम नसते का... ऑफिस मध्ये... पहिल्यांदा भेटलात तेव्हा हि इथेच.. अगदी याच जागी पाहिलं होते तुम्हाला... आताही इथेच.. " ,

" हा ... ते.. " विनयला काय उत्तर द्यावे सुचेना... घाबरला नव्हता.. तरी समोर अनुजा होती ना... बाकी मुलींसोबत बोलताना काही वाटायचे नाही. पण हिचे डोळे इतके बोलके होते ना... नशिले होते, धारदार होते..

कि विनय विसरून गेला उत्तर... शब्दच फुटेना तोंडांतून.. अनुजाला समजलं ते. ऑफिसमध्ये बरेच तिच्या मागे होते, त्यात आणखी एक " Add " झाला, असा विचार करत निघाली.

" excuse me ... अनुजा miss.. " विनयने हाक मारली. " तुम्ही कविता करता ना..." अरेच्या !! याला कसे कळले .. अनुजा विनय जवळ आली.

" तुम्हाला कसं कळलं ते... " ,

" मला माहित आहे... शिवाय तुम्ही गाता आणि गिटार सुद्धा वाजवता ना... बरोबर ना... " याला कसे माहित हे सर्व... अनुजाच्या चेहऱ्यावर मोठ्ठ प्रश्नचिन्ह.. " का बंद केलंत ... तुम्ही तर ऑफिसमध्ये सुद्धा गायचा ना... मग आता का बंद केलंत सारे... " यावर मात्र अनुजाकडे उत्तर नव्हते आणि तिला तो विषयही नको होता. तशीच वळली आणि चालू लागली. विनय काही बोलू लागला मोठ्याने.

" कोण आहेस तू...

सकाळी डोळे उघडल्या वर पहिल्यांदा होणारा किरणांचा स्पर्श,

की हवेत दरवळणारा मोगऱ्याचा सुवास.

कोण आहेस तू...

कोणी तरी मला हळूच बघतय ह्याचा होणारा आभास,

की वा-या सोबत मानेवरुन घसरणयाऱ्या केसांमध्ये तुझा होणारा खट्याळ भास.

कोण आहेस तू...

सकाळी किलबिलणाऱ्या पक्ष्यांच्या सुरेल गीतां मध्ये

तुझ्या निखळ हास्याचा होणारा भास,

की मी तुझ्या सोबतच आहे असा प्रत्येक क्षणी

येणारा तुझा दिलासा.

कोण आहेस तू...

मन म्हणतं की मी ओळखलयं तुला,

पण दुसऱ्याच क्षणी मनात येणारा प्रश्न,

खरचं, खरचं ओळखलय का मी तुला..

अजून ही माझ मन एकच विचारतो प्रश्न,

काय सांगू ह्या मनाला कोण आहेस तू...
कोण आहेस तू... "

ते ऐकून अचानक थांबली ती. आपलीच कविता हि... तशीच वळून ती विनय जवळ आली.

" तुला ... i mean तुम्हाला कशी माहित हि कविता... " विनयला माहित होते अनुजा नक्की येणार फिरून.

" तुमच्या लॅपटॉपमध्ये सापडली. सॉरी हा... but त्यादिवशी तुम्ही चंदनकडे दिला होता ना लॅपटॉप ... रिपेअर साठी. तर त्याला काहीतरी वेगळे काम होते म्हणून माझ्याकडे दिला. रिपेअर करून झाल्यावर तुम्हाला परत देणार होतो तर तुम्ही निघून गेला होता. मग विचार केला.. आतमध्ये डोकावून बघूया... तर खूप आतमध्ये ... हि कविता सापडली. खूप छान आहे.... मीच किती वेळा वाचली माहित नाही... पाठ सुद्धा झाली बघा. खरच खूप छान आहे. थांबवू नका लिहिणे.. " आता याला काय रिप्लाय करू ... खरच ती कविता अनुजाला खूप जवळची होती.

" तुम्हाला माहित आहे का ... मला का आवडली कविता... कारण ती तुम्हाला आवडली.. बघा... आपल्या आवडी किती जुळतात... मीही कविता करतो... तुम्हीही करता... गाणी , गिटार तर आहेच... गजल ऐकायला आवडतात... " ,

" जगजीत सिंग ... ना " अनुजा पट्कन बोलली.

" हो.. तेच तर...आपल्या आवडी खूप same आहेत ना... खरंतर , आपल्याला आधीच मित्र असायला पाहिजे होते... " विनय पट्कन बोलून गेला. अनुजा हसली त्यावर. " सॉरी हा... पट्कन बोललो.. " ,

" its ok .. no problem ... पण मी नाही बनवतं नवीन मित्र आता ... आणि गाणी, गिटार ... सगळे सोडून दिल आहे सध्या... हि कविता कोणालाही ऐकवू नका... please ... " ,

" इतकी छान तर आहे कविता.. तुमच्या आवडी का बंद करता.. वाहू दे त्यांना वाऱ्यासारख्या... बाकीचे जाऊ दे... मित्र तर होऊ शकतो ना आपण.. जर तुम्हाला वाटतं असेल तर.. ".... विनय...

" मिस्टर विनय ... खूप फास्ट आहात तुम्ही ... आणि मैत्रीचं ... बघूया.. आता ऑफिसमध्ये जाते... तुम्ही सुद्धा या आता ऑफिस मध्ये... काम असते ना.. कि देऊ माझ्याकडच... " अनुजा हसतच गेली.

विनयला सुद्धा मोकळं मोकळं वाटलं बोलून. मग निघाला तोही. लिफ्ट जवळ आला. लिफ्ट वरून खाली आली. दरवाजा उघडला तर दिक्षा लिफ्ट मध्ये. ती काही बोलणार ते विनयचं बोलला. " का सारखं माझ्या मागे मागे... बघावं तिथे मागून येतेस... काय सुरु आहे तुझं... " विनय भरभर बोलून गेला. आणि लिफ्ट मध्ये शिरला. अरे !! याला काय वेडबिड लागलं आहे का ... दिक्षा बघतच राहिली त्याकडे. पण लिफ्ट चा दरवाजा बंद होताना विनय हसताना दिसला तिला. तिलाही हसू आलं. खरच पागल आहे हा ...

===

दिक्षाच लक्ष नव्हतं आज कामात. राहून राहून तिला विनयची आठवण येतं होती. काम तसंच बाजूला ठेवलं आणि ऑफिस मधून खाली आली.. कुठे जाऊ आता... मनात म्हणत असताना तीच लक्ष बागेत गेलं... विनयची रातराणी होती तिथे ना.. बहरून आलेली.... कितीतरी कळ्या... रात्रीची वाट बघत होत्या... उमलायचे होते ना त्यांना... दिक्षा आली तिच्याजवळ. रातराणी वरून मायेने हात फिरवला. विनय असंच करायचा ना ... गोंजारायचा तिला. तिथेच बसली दिक्षा. विनयची आठवण काढत... का आले ते रिपोर्ट... पण .... विनयचं का आला माझ्या life मध्ये... ये ना विनय ... वाट बघते आहे तुझी.. रातराणी तिला आता अस्पष्ठ दिसू लागली .... डोळ्यात पाणी जमा झालेलं ना...

===

" कुछ लोग पास होते है जिंदगी में ,
पर कुछ कुछ खास है जिंदगी में,
अक्सर मांगा था खुदा से वो मिला तो नही,
लेकिन आपकी दोस्ती प्यार से कम भी तो नही,
आपकी एक मुस्कुराहट सुकून है इस दिलका,
वैसे तो कभी बताते नही आपको हाल इस दिल का,

अब तो तनहाई मे भी आपके के खयाल रेहता है,

क्या करें,आप इस दिल में जो रहेते हैं ...... "

अनुजाने तिची कविता संपवली. " टाळ्या !! टाळ्या बजाओ बच्या लोग... " विनय टाळ्या वाजवत उभा राहिला. बागेत असलेले बाकीचे लोकं या दोघांकडे पाहू लागले. अनुजाने पट्कन त्याचा हात पकडला आणि खाली बसवलं. " सॉरी !! " अनुजा सर्वांकडे पाहत म्हणाली.

" किती आगाऊ आहेस तू... काय हा वेडेपणा... अजूनही सगळे आपल्याकडे पाहत आहेत. निघूया चल ... " अनुजा निघाली सुद्धा.

" अरे !! थांब तर .... " अनुजा पार गेट पर्यंत पोहोचली होती. नाईलाजाने, विनय सुद्धा बाहेर आला मग. अनुजा त्याच्या बुलेट जवळ उभी. " एवढी छान कविता केलीस. ती सुद्धा हिंदीमध्ये ... wow .. too good .... " ,

" पुरे झाली स्तुती... सुरु कर तुझी बुलेट... " ,

" आणखी थोडा वेळ बसलो असतो तर ... ".... विनय...

" नको , राहू दे... तुझा वेडेपणा वाढला असता आणखी. " अनुजा त्याच्या मागे बसत म्हणाली .

" आता कुठे जायचे.. ? " ,

" मला घरी जायचे आहे. तू मला पुढच्या सिग्नलला ड्रॉप कर ... " ,

" ड्रॉप करू तुला.... लागेल ना तुला मग... " विनय मस्करीत बोलला. तशी अनुजाने त्याच्या पाठीवर चापट मारली.

" खरच... खूप आगाऊ झाला आहेस आजकाल.... By the way, एक विचारू का " ,

" नको " विनय हसत म्हणाला.

" विचारणार मी... तुझा पहिला जॉब ना .. मग हि बुलेट कशी तुझ्याकडे... तुझ्या पप्पांची आहे का.." ,

" नाही ग.. मी स्पर्धामध्ये जायचो ना.. कॉलेज मध्ये असताना... तेव्हा एकतरी बक्षीस हमखास ठरलेलं असायचे. पहिलं नाही पण बाकीच्या नंबर मध्ये असायचो... कधी काळी पहिला यायचो. तेव्हा पैसे मिळायचे ना, ते साठवलेले पैसे आणि बँकमधून थोडे Loan... झालं काम. मला घेयाची होतीच.... बरं पडते कुठे फिरायला गेलो कि... " अनुजाचे ठिकाण

आले.

" चलो bye ... then... " ,

" Bye नाही बोलायचे पोरी.. see you बोलायचे... ",

" ok ... बाबा...see you " अनुजा हसतच गेली.

विनयने त्याची गाडी वळवली ती हॉस्पिटलच्या दिशेने. काही "काम" होते त्याचे. काही रिपोर्ट्स घेऊन निघाला तसे त्याला एक ओळखीचे डॉक्टर भेटले. त्यांच्याशी गप्पा मारत उभा राहिला. अचानक, भांडणाचा आवाज येऊ लागला. " आलोच " विनयने त्या डॉक्टरांचा निरोप घेतला आणि आवाजाच्या दिशेने गेला. बघतो तर हेमंत भांडत होता.

" अक्कल आहे का जरा तरी ... तिथे माझ्या भावाला धड उभं राहता येत नाही. आणि तुम्ही बोलता , रांगेत उभे रहा. " हेमंत चढ्या आवाजात बोलत होता.

" हो सर.... तरी सुद्धा तुमच्या पेशंट साठी बेड availble नाही करू शकत इतक्या जलद.... " ,

" इतके मोठे हॉस्पिटल आहे... आणि एकही बेड नाही... मी सारखा येतं असतो माहित आहे ना... तरी असं करणार तुम्ही... ,मला काही माहित नाही... माझ्या भावाला ॲडमिट करा लवकर... " हेमंत अजूनही भांडत होता.

विनयने दुरूनच पाहिलं. एक १०-१२ वर्षाचा मुलगा खुर्चीवर बसला झोपला होता. तोंडातून फेस येतं होता. विनयने लगेच त्याच्या ओळखीच्या डॉक्टरकडे विनंती केली. " तात्पुरते बघा ना डॉक्टर.. माझा मित्रच आहे तो.. " विनय तसा ओळखीचा होता म्हणून त्याच्या बोलण्यावर लगेच ॲडमिट करून घेतलं. हेमंतला ते माहीतच नाही. अजूनही तो भांडत होता. विनय त्याच्या जवळ गेला तसा त्याच्यावरही खेकसला.

" तू काय करतोस इथे.. आणि जर यात तोंड घातलेस ना.. तुझंही तोंड लाल करून ठेवीन... " विनय तर काहीच बोलला नाही. तरी डॉक्टर बोलले.

" अरे ...कशाला भांडतो आहेस.. तुझ्या भावाला केले ॲडमिट... " हेमंत ने मागे वळून पाहिलं . नव्हता त्याचा भाऊ तिथे...

" कोणत्या रूम मध्ये ठेवले आहे ? " डॉक्टर घेऊन गेले हेमंतला.

" आणि त्याच्यामुळेच तुझ्या भावाला ॲडमिट केले... त्याला थँक्स बोलावे तर त्याच्यावर ओरडतो आहेस... " हेमंतला जाणीव झाली आपले चुकले याची. त्यावर काहीच न बोलता भावाजवळ गेला.

" पण काय झालं नक्की त्याला " विनयने डॉक्टरांना विचारलं.

" याच्या भावाला फिट्स येतं असतात. त्यामुळे हा येतंच असतो इथे... अचानक येतो नेहमी... तुला कस माहित नाही... मित्र आहे ना तुझा.. " डॉक्टर गेले त्याला तपासून.

हेमंत त्याच्या भावाशेजारीच बसून होता. विनय त्याच्या जवळ आला. " सॉरी... " हेमंत विनयकडे पाहत म्हणाला. " Its ok ... होते असं कधीतरी ... मी जातो... तू बस्स... " विनय निघाला. पुढच्या दिवशी, विनयने सकाळ-सकाळीच अव्याला गाठलं.

" चल... जरा बोलायचे आहे ... " विनय खेचतच घेऊन आला त्याला.

" काय एवढं काम तुझं... " अव्या वैतागला.

" महत्त्वाचं बोलायचे आहे. ",

" बोल " ,

" हेमंत बद्दल विचारायचे होते." विनयच्या या वाक्यावर अव्याच्या चेहऱ्यावरचे expression बदलले.

" चंदन.... चंदनला विचार... त्याला सगळी माहिती असते. " असं बोलून अव्या निघाला होता तरी थांबवलं विनयने

" तू त्याचा खूप जवळचा मित्र होतास... म्हणून विचारतो आहे तुला.. " अविला राग आला.

" पण मला सांग... आज अचानक त्याचा पुळका का आला तुला.. तो तुला पाण्यात पण पाहत नाही. ",

" काल ... हॉस्पिटल मध्ये होता. त्याच्या भावाला घेऊन आलेला... पण काही वेगळाच वाटला मला तो.. ऑफिस मध्ये कसा असतो... गर्विष्ठ , attitude मध्ये... तसा अजिबात नव्हता. पण काल वेगळा हेमंत

दिसला. "

" होय... त्याचा लहान भाऊ ... आजारी असतो सारखा. मध्ये मध्ये त्याला फिट्स येतात म्हणून घेऊन जात असतो हॉस्पिटल मध्ये... ऑफिस मध्ये कधी सुट्टी नसते त्याची. कधीच नाही. कधी नसला कि समजून जायचे त्याच्या भावाला हॉस्पिटल मध्ये ॲडमिट केले आहे असं. ",

" हेच... यासाठीच विचारतो आहे ... आई किंवा वडील... असतेच ना कोणीतरी सोबत ... हेमंत , भावासाठी आलेला ते कळलं. पण आपला एक मुलगा आजारी आहे तर दोघांपैकी कोणीच नाही. हे पटलं नाही. म्हणून तुला विचारलं. " विनय भरभर बोलून गेला.

अवि थोडा शांत झाला. मग बोलला. " कोणाला सांगणार नसशील तर तुला सांगतो. तो आणि त्याचा भाऊच असतो. बाकी कोणी नाही. आई-वडिलांचा डिवोर्स झाला आहे. " ,

" बापरे !! ... तरीही आई-वडील पैकी कोणीतरी मुलांची काळजी घेते ना... म्हणजे मुलांवर हक्क सांगतात ते.. तसं काही नाही का ... " ,

" कसं होणार ते ... रोजची भांडणे... त्यात आई-वडील .. दोघेही खूप मोठ्या जॉब वर... हेमंतचे वडील लहान भावाला खूप मारायचे... सारखा आजारी म्हणून..आणि आई... या हेमंतच्या राग करायची. शेवटी, डिवोर्सचा निर्णय झाला. डिवोर्स झाला तेव्हा हाच बोलला मी एकटा सांभाळू शकतो लहान भावाला. त्या दोघांना काहीच फरक पडला नाही. ते दोघे गेले आपापल्या वाटेने... हेमंत आपल्या वाटेने. तो चांगलाच आहे. फक्त इथे काही गैरसमज झाले आणि वाट लागली... " अवि बोलून गेला पटकन.

" काय झालेलं नक्की... सांग... तुमची भांडणे कश्यामुळे झाली. " विनयच्या या प्रश्नावर उत्तरं नाही दिलं अविने. निघून गेला तिथून.

संध्याकाळी , विनयच्या मनात काय आलं काय माहीत. पुन्हा हॉस्पिटल मध्ये आला. हेमंतचा भाऊ झोपला होता. पण हेमंत नव्हता तिथे. त्याला बघत असतानाच मागून हेमंत आला.

" विनय !! ... तू काय करतोस इथे... " ,

" यालाच बघायला आलो होतो. तू ऑफिस मध्ये आला नाहीस ना...

म्हणून आलो. " इतक्यात डॉक्टर आले .

" हेमंत .. हि काही औषध आहेत... घेऊन ये जरा.. " हेमंत निघाला आणि थांबला...

" विनय .. थोडावेळ थांबशील का इथे... येतोच लगेच मी... .," ,

" तू पण ना ... सांगायला पाहिजेच का.. जा ... जाऊन ये... " हेमंत पहिल्यांदा हसला विनय सोबत. तरी अवि सांगत होताच. चांगला आहे हेमंत. परिस्तिथी बदलते माणसाला. विनय बसून होताच. हेमंत आला १०-१५ मिनिटांनी. विनय तरी गेला नाही. बराच वेळ दोघे गप्पा मारत बसले. जणू काही जुने मित्रच. त्यादिवशी विनय उशिराने गेला घरी, तरी पुढचे ५-६ दिवस, संध्याकाळी ऑफिस सुटले कि विनय जात असे हेमंतला भेटायला आणि गप्पा मारायला.. छानच गट्टी जमली दोघांची.

===

विनयची तब्येत जरा जास्तच खराब झालेली. त्याला लगेच I.C.U. मध्ये हलवलं. हेमंत होताच सोबत. त्याने लगेच या चौघांना बोलवून घेतलं. चंदन, अवि, दिक्षा, अनुजा ... धावतच पोहोचले. विनय अजूनही बेशुद्ध होता. डॉक्टरने चेक केले. सारेच काळजीत .

" काय झालं डॉक्टर ... " ,

" काही काळजीचे कारण नाही.. BP low झाला म्हणून बेशुद्ध आहे तो.. मी injection दिले आहे. इतक्यात येईल शुद्धीवर. आणि हो.... I.C.U. आहे ना... कोणीतरी एकानेच थांबा इथे... " डॉक्टर निघून गेले.

" एकानेच थांबा इथे..." असं स्पष्ठ सांगितलं तरी तो शुद्धीवर येई पर्यंत सारेच थांबले होते. विनय शुद्धीवर आला तस त्याने हलकेच डोळे उघडून पाहिलं. सर्वच उभे होते. अविने बघितलं विनय जागा झाला ते...

" काय रे... तुला औषध घेता येतं नाय का वेळेवर.... लय मार खाणार आहेस तू... " अविचा आवाज ऐकून विनयला हसायला आलं. तरी आता सगळ्यांना बाहेर जावे लागणार होते. फक्त हेमंत काय तो थांबला तिथे. त्यात विनयला काही सांगून हेमंत सुद्धा निघून गेला. " शेवटी आलेच ना सर्व एकत्र... आज सुद्धा आणि तेव्हा सुद्धा... " विनयला "तो" दिवस आठवला.

===

आदल्या दिवशीच , विनयने काही ठरवलं होते. तशीच तयारी करून तो निघाला ऑफिसच्या दिशेने. वाटेत दिक्षा दिसली चालताना. बुलेट तिच्या समोरच थांबवली.

" काय मॅडम ... कधी पासून हाक मारतो आहे.. एवढं काय लक्ष नाही तुझं... " दिक्षाने पाहिलं त्याच्याकडे आणि कानातले इअरफोन काढले.

" हे होते ना कानात .... बोल... काय बोलत होतास ... " ,

" मी बोललो .... ऑफिस मध्ये चालली आहेस ना.. बस मागे... जाऊ एकत्र... " तिने एकदा विनयकडे पाहिलं आणि नंतर बुलेटकडे.

" नको ... राहू दे... चालत जाऊ शकते मी... " दीक्षाने पुन्हा इअरफोन लावले कानात आणि चालू लागली. विनयने पुन्हा गाडी सुरु केली , तिच्या पुढयात थांबवली...

" अरे !! ... आपण एकत्र ... एकाच ऑफिस मध्ये काम करतो ... आहे ना लक्षात... " ,

" हो... आहे लक्षात.. पण मला चालत जायचे आहे.. "

काय बोलू हिला.. विनयने गाडी सुरु केली आणि आला ऑफिस मध्ये. त्याच्या डोकयात काही सुरु होते काल पासून.. पटापट कामाला लागला. " चंदन.. चल.. मिटिंग आहे.... " विनयने चंदनला कामातून जागे केले. " कुठे मिटिंग आहे... " , " मेल नाही आला का तुला... नीट बघ... " चंदनने मेल बघितला. " एक काम कर... तू पुढे हो... मी येतोच मागून... " चंदन ठरवलेल्या रूममध्ये जाऊन बसला. थोड्यावेळाने हेमंत आला , त्याच्या ५ मिनिटांनी अनुजा आणि काही वेळाने दिक्षा.. सर्वात शेवटी ... विनय अव्याला घेऊन आला. विनयने दरवाजा आतून लावून घेतला.

हे सगळे एकमेकांकडे बघू लागले. विनय एका खुर्चीवर जाऊन बसला आणि मोबाईल वर गेम खेळू लागला. कोणालाच काही कळेना. मिटिंग कुठे आहे. आणि हे बाकीचे कुठून आले. हाच प्रश्न सर्वांच्या चेहऱ्यावर. त्यात विनय एकटाच एका कोपऱ्यात. अवि गेला तणतणत त्याच्याकडे. " काय रे शान्या... मिटिंग होती असा मेल केला होतास ना ... कुठे आहे मिटिंग... " ,

" थांब जरा... " विनय गेम मधेच गुंतलेला. अर्थात याचा राग आला

सर्वांना.

" काय फालतुगिरी लावली आहेस विनय. " हेमंतचा आवाज सुद्धा वाढला.

" High score !! " विनय आनंदाने ओरडला. चंदनने डोक्याला हात लावला.

" म्हणजे तूच सगळ्यांना मेल केलेस ??? ... काय गरज होती अशी खोटेपणा करायची... " दिक्षा बोलली.

" एक मिनिट थांबा जरा ... आणि खाली बसा... " विनय शांतपणे बोलला.

" मला नाही थांबायचे ... दुसरी important कामं आहेत मला. " अनुजा निघाली. दरवाजा बंद . तिच्या मागोमाग हेमंत आला. त्याने try केले दरवाजा उघडायला. नाहीच उघडला.

" नाही उघडणार... मी लॉक करून चावी माझ्याकडे ठेवली आहे. बसा... आणि हीच मिटिंग आहे.... बसून घ्या... " नाईलाजाने सर्व बसले पण एकमेकांपासून दूर. चंदन विनयजवळच बसला होता.

" का करतो आहेस हे ... " चंदन बोलला. तस विनयने त्याला गप्प केले.

" चला ... मिटिंग मीच arrange केली आहे. मीच सुरु करणार आहे. तर चला, सुरु करूया. मिटींग आहे ती काही वर्षांपूर्वी झालेल्या misunderstanding ची. " यावर अवि तापला.

" विन्या ... काय बोलतो आहेस तू.. कळते ना.. " विनयने ऐकून घेतलं.

" अविनाश ... बस खाली. please, बोलू दे मला... " विनय बोलला तरी अविनाश हेमंतकडे रागाने बघत खाली बसला.

" आठवतो का तो दिवस.. २६ जानेवारी.. हा.. त्याच दिवशी झालेली भांडणे. " विनय सर्वांकडे पाहत म्हणाला.

" सगळ्यांना पटलेले दिसते.... तर त्याच दिवसापासून थोडं मागे जाऊ... त्यात मी सर्वांना आता छान ओळखतो. चांगली मैत्री झाली आहे माझ्याशी. तुम्हीही सारे मित्र होता एकमेकांचे... so , प्रत्येकाला काही विचारीन , त्याचे उत्तर स्पष्ट द्यावे हीच अपेक्षा... " त्याने सर्वांकडे नजर फिरवली.

" पहिला प्रश्न... चंदनला ... आणि खरं सांगायचे हा.. " चंदन आधीच डोक्याला हात लावून बसला होता.

" हो सर... विचारा प्रश्न.. " ,

" exact काय झालं होते त्यादिवशी... " ,

" विनय ... का पुन्हा तेच ते... सोडून दे ना ... " चंदन म्हणाला.

" मला प्रश्नाचे उत्तर पाहिजे आहे... काय झालं होते... " चंदनने सर्वाकडे नजर फिरवली.

" मलाही माहित नाही. मी त्यादिवशी नेमका उशिरा आलेलो. आलो तेव्हाच भांडण सुरु होते या सर्वामध्ये... " ,

" कारण काय होते त्यामागे... " विनयने पुन्हा विचारलं.

" हेमंत अनुजाला लग्नाची मागणी घालणार होता, हीच बातमी आलेली कानावर माझ्या. " हेमंतकडे पाहत बोलला तो. हेमंत काहीच बोलला नाही.

"आता अनुजा ... तुला प्रश्न... तुला का राग आला या गोष्टीचा... कि थेट त्याला कानाखाली मारलीस... " ,

" मग काय करणार ... इतका चांगला मित्र होता तो.. त्याच्या मनात कस येऊ शकते असं माझ्याबद्दल..... एव्हडी close friendship ... म्हणजे मुलं काय मुलींशी मैत्री फक्त लग्नासाठीच करतात का... " अनुजा रागातच बोलत होती.

" cool down ... ".... विनय...

" हेमंतला काही बोलायचे नाही का यावर... " दिक्षा बोलली.

" कशाला लावलीस रे मिटिंग... सगळ्यांत पुन्हा भांडण करायला का साल्या ... " तिथून अवि ओरडला.

" शांत व्हा सान्यांनी.. वातावरण तापत चालले आहे.. प्लिज शांत व्हा ".... विनय..

" पण हेमंत आताही काही बोलत नाही आहे... त्यादिवशी सुद्धा गप्प होता. म्हणजे हे सर्व तो एकप्रकारे कबूलच करतो आहे. " ....दिक्षा...

" दिक्षा मॅडम.. नका रागावू... मी सांगतो...त्या दिवसापासून थोडे मागे जाऊया म्हणजे ४-५ दिवस मागे... सांगायचे झाले तर २० जानेवारी... तेव्हा काय झाले होते अनुजा... " विनय तिच्याकडे पाहत बोलला.

" काय ? " ,

" त्या दिवशी बोलली ना ... तुला बघायला आलेले ... घरी... लग्नासाठी... " ,

" विनय !! ... मित्र आहेस म्हणून सांगितलं होते... या personal गोष्टी का आणतोस लोकांसमोर... तुला सांगितलं हेच चुकलं... " अनुजा रागावली पुन्हा.

" लोकं ... ?? मित्रच आहोत सगळे ... बरोबर ना... आणि सांगायचे झाले तर त्याच गोष्टीमुळे तुझा मूड ऑफ होता... "

" हो... मला हे नाही आवडत... कोणीतरी life मध्ये येते अचानक... त्याला न समजता त्याच्याशी लग्न करावे.. मी तयार सुद्धा नव्हते त्या गोष्टीसाठी... दोनदा झालं तसं.. मीच रिजेक्ट केले दोन्ही वेळेला... इतकी घाई झालेली घरी, जशी मी नकोच आहे त्यांना घरात... डोकं सटकलं होते, त्यात हेमंतचे कळलं... मला propose करणार ते. एवढा चांगला मित्र... मनातल्या सगळ्या गोष्टी share करायचे. कधी कधी त्याला माझ्या scooty वरून घरी सोडायचे. मला bore झालं कि त्याला हक्काने कॉफी साठी घेऊन जायचे.. याच्याशी free वागले तर याला वाटलं प्रेमात पडले. राग आला मला. मारली कानाखाली... " पटपट बोलून टाकलं अनुजाने.

" तुला हेमंत बोलला होता का आधी तसं... तुला मागणी घालणार आहे ते.. " विनयने उलट प्रश्न केला.

" नाही ..but एक मुलगी होती.. परी नावाची... तिने अवि आणि हेमंतचे बोलणं ऐकलं होते. हेमंत अविला सांगत होता. मला २६ जानेवारीला propose करणार ते.. " ,

" मग अविला तरी विचारलं होते का तू... " ,

" नाही... का विचारावे झालं ना तेव्हाच... हेमंत सुद्धा काही बोलला नाही त्यादिवसापासून... निदान सॉरी बोलेल असं वाटलं होते.. तेही नाही. मग ते खरच होते. हेच prove झालं. "

" ok ... आता हेमंतची गोष्ट सांगतो. तो काही बोलणार नाही .. मीच सांगतो. " विनय हेमंतकडे पाहत म्हणाला.

" नको विनय ... प्लिज ... " ,

" आताच वेळ आहे , नाहीतर आयुष्यभर असेच गैरसमज राहतील. .. हेमंत त्या काळात ऑफिस मध्ये नव्हता ... बरोबर... ",.... विनय..

" हो.. म्हणजे तो... मला वाटते, १९ जानेवारीला आलेला. त्यानंतर २० जानेवारीला सकाळी आलेला. अवी सोबत काही बोलून निघून गेला. तो थेट, २५ तारखेला आलेला, ते सुद्धा मीटिंग होती म्हणून ... मिटिंग संपली तसा निघून गेला. " चंदनने माहिती पुरवली.

" हो ... आदल्या दिवशीच तर परीने या दोघांना बोलताना ऐकलं. ".... अनुजा

" थांब अनुजा ... मी सांगतो पुढे... हेमंतला एक लहान भाऊ आहे हे इथे फक्त चंदन , अवि आणि आता मला माहित आहे. पूर्ण ऑफिस मध्ये कोणालाच माहिती नाही याची. तो लहान आहे आणि सारखा आजारी असतो. हेमंत सुट्टीवर असतो कधीतरी त्याचे कारण तेच... त्यादिवशी सुद्धा , त्याकाळात हेमंत हॉस्पिटल मधेच होता. आधीच tension मध्ये, त्यात इकडचे celebration ची तयारी... तरी आलेला मीटिंगला. आता त्याचे आणखी एक surprise होते. ते अवि सांगेल. आणि हेमंत मिटिंग मध्ये काय बोलला ते सुद्धा सांगेल. " विनयने अविला बोलायला सांगितले.

" हेमंतला एक मुलगी आवडायची, त्याच्याच बिल्डिंग मध्ये राहणारी. आधी फक्त friendship होती. हि गोष्ट फक्त मला माहित होती. या विनयला कस कळलं माहीत नाही. तीच नाव " अनिता ", तिला तो ऑफिस मध्ये बोलावून सर्वां समोर propose करणार होता. " ,

" मग परी अशी का खोटं बोलली मला... ? " ....अनुजा.

" अवि... तो नेमका काय बोलला होता तेव्हा ते सांग... ".... विनय...

" हेमंत बोलला कि उद्या अनु ला लग्नाची मागणी घालणार... हेमंत अनिताला "अनु " बोलतो.. " ,

" कळलं असेल ... काय झालं नक्की ते... ".... विनय ...

" आणि मी सुद्धा बोललो कि बाहेरची व्यक्ती ऑफिस मध्ये येणार असेल तर HR ची permission घे... अनुजाला विचार.. " अवि मधेच बोलला.

" परीने एवढंच ऐकलं... कि हेमंत अनुला propose करणार आणि

अनुजा मॅडम चे डोकं आधीच तापलेल होते. त्यात हेमंतचे बोलणे कानावर पडले. आणखी खळवळल्या मॅडम.. असच झालं .. " विनय अनुजाकडे पाहत होता.

" हेमंत ला फक्त त्याच्या मित्रांसमोर तिला आणायचे होते... " ...विनय ...

" हेमंत.. नक्की काय बोललास अनुजाला... " चंदनने विचारलं.

" इतकंच ... मला काही महत्वाचे बोलायचे आहे तुझ्याशी... आणि तिने कानाखाली मारली सर्वांसमोर... पुढे काय बोलणार.. आणि बोलूच शकलो नसतो.. ती किती मोठयाने बडबडत होती. लाज वाटली. तशीच बॅग घेतली माझी आणि हॉस्पिटल मध्ये गेलो भावाजवळ... " हेमंत शांतपणे सांगत होता.

" पुढेच मी सांगतो.. हेमंत आलेला परवानगी साठी. अनुजाला वाटले , propose साठी. ते झालं काहीतरी. हेमंत निघून गेला. अनुजा जागेवर येऊन बसली. हे झालं तेव्हा अवि नव्हता ऑफिस मध्ये. दिक्षा अनुजाचे सांत्वन करायला गेली , तर पुन्हा एक गैरसमज झाला दोघींमध्ये... दिक्षा हेमंतच्या बाजूने बोलते आहे असं वाटलं अनुजाला.. तर तिथे दोघींचे भांडण झाले. अवि आला. काय झालं ते कळलं, तापलं याचे डोके. अनुजाला जाब विचारायला निघाला तर दिक्षा समोर आली. दोघेही सुरु झाले.... स्वतःच्या Best Friend ची बाजू घेऊन... वाढता वाढता आवाजही वाढला आणि या दोघातला वाद सुद्धा... आता राहिले... अवि आणि हेमंत... हेमंतला वाटलं , अविने काहीतरी वेगळंच सांगितलं ऑफिसमध्ये... त्यामुळे जेव्हा हे दोघे भेटले तेव्हा परत भांडणं झाली. .. संपलं... गैरसमज वर गैरसमज... कोणीही समजून घेतलं नाही, काय झालं नक्की... एकदा बसून बोलूया , असं अजिबात वाटलं नाही कोणाला... सगळ्यांचे इगो आले ना समोर " विनयने सारे explain केले.

" पण त्याने तरी सांगायचे ना आधी.. नाहीतर नंतर बोलला असता तर... " अनुजा हेमंत कडे पाहत म्हणाली.

" कस सांगणार... सर्व ऑफिस समोर अपमान झालेला.. आणि ब्रेकअप झाल्यावर... " विनय बोलून गेला...

" ब्रेकअप ?? " दिक्षा खूप वेळाने बोलली.

" हो... ब्रेकअप ... माझी फॅमिली नाही , ती बोलते कशी... आपली फॅमिली कशी होईल मग. शुक्कल कारण दिलं तिने. " हेमंत इतकंच बोलला.

" म्हणून तो असाच राहतो ऑफिस मध्ये.. स्वतःच्या दुनियेत... इथे जे मित्र होते, ते दुरावले. घरी , लहान भाऊ सारखा आजारी.. बोलणार तरी कोणाशी हेमंत..."..... विनय..

" मग ती परी .... " दिक्षा..

" परीचे मी सांगतो.. " आता चंदन बोलला.

" ती काही वेगळीच होती... लोकांमध्ये भांडण लावण्यात तिला खूप मज्जा यायची. कामात तर आळशीच होती. gossip करायला खूप आवडायचे तिला. मग सरांनीच काढून टाकलं तिला .. " चंदनला माहिती असायची सर्व.

" तर मला वाटते , आता सर्व गैरसमज दूर झाले असतील. " सर्वच एकमेकांकडे पाहू लागले. " काय झालं माहित आहे.. चुकीच्या वेळी चुकीची वाक्य ऐकून चुकीच्या माणसाबद्दल गैरसमज झाले. तुमची मैत्री हि पांढऱ्या शुभ्र नदी सारखी वाहत होती. त्यात काही गैरसमजांचे मोठे दगड टाकून त्यावर बांध घातला. वाहते पाणी नेहमीच निर्मळ असते. ते दगड काढलेत कि सर्व कसं सुंदर होईल. बघा... कसं ते.. बरं , सगळं एकदम बंद झालं नव्हतं. गेल्या वर्षभरात बोलत नाही तुम्ही एकमेकांशी. चंदन एकटा बोलतो सर्वांशी... तेही कामानिमित्त... बाकी सर्व लपून- छपून... " ,

" काय म्हणायचे आहे तुला... " दिक्षा बोलली.

" हेमंतचा भाऊ आजारी असला कि अवि गुपचुप त्याला बघून येतो. हेमंतचे ठरलेलं हॉस्पिटल आहे. तो ऑफिस मध्ये आला नाही कि अविला कळते. जाऊन येतो हेमंत तिथे नसला कि. हा हेमंत , याच्याकडे पूर्ण ऑफिसचे काम असते. तरी तुमच्या तिघांपैकी कोणाचे काम आले ना, बाकी काम ठेवून तुमचे पहिले पूर्ण करतो. दिक्षा सोबत बोलत नसली तरी काही नवीन वस्तू दिसली कि अनुजा खरेदी करून ठेवते दिक्षा साठी. दिक्षा, तुला खोटं वाटतं असेल ना तर आताही , अनुजाच्या PC खाली जे छोटे कपाट आहे ना त्यात बघू शकतेस... तू सुद्धा रोज

तिची चौकशी करत असते... तिच्या शेजारी बसणाऱ्या मुलीकडे. म्हणजे सगळ्यांना अजूनही काळजी आहे एकमेकांची.. दाखवत नाही इतकंच, सोडून द्या सर्व... एकत्र या.. पुन्हा ते जुने दिवस येऊ दे, celebration होऊ दे.. infact , सण सुरु झाले आहेत.. त्यासाठी तरी एकत्र या.. मी काय नवीन आहे.. मला नवीन मित्र बनवायला आवडतात.. तुम्ही तर खूप आधी पासून जवळचे आहात. आणि अनुजा.... तुला सांगतो.. मला एकदा बोलली होतीस.. माणसं आवडत नाहीत... म्हणून दूर पळते सर्वांपासून. माणसं वाईट नसतात, त्याकडे बघण्याचा दृष्टीकोण वाईट असतो. सगळेच वाईट असते तर हेमंत , अवि , चंदन , दिक्षा .. या सारखी चांगली माणसं तुझ्या life मध्ये आली असती का... तर, थोडा ... अगदी थोडा दृष्टीकोण बदल तुझा... आयुष्य खरंच किती छान आहे, हे तुम्हा सगळ्याकडे बघून वाटते.... चला, माझं बोलणं झालं... मी निघतो.. तुम्ही आणखी थोडावेळ बसा... एकमेकांशी बोलतात तर अजून छान... " विनय बाहेर आला.

विनय कामाला लागला तरी त्याचे लक्ष त्या मिटिंग रूमकडेच होते. तो बाहेर आल्या नंतर, जवळपास एक तासाने सगळे बाहेर आले. चंदन त्याच्या शेजारी येऊन बसला. चुपचाप काम सुरु केले त्याने. विनयने काही विचारलं नाही त्याला. तरी विनयला जाणून घेयाचे होते, पुढे काय झालं ते. लंच टाईम पर्यंत चंदन गप्पच. शेवटी न राहवून विनयने विचारलं.

" अरे तू काहीच बोलला नाहीस.. काय बोलणे झाले तुमच्यात... " यावर चंदनने त्याच्याकडे रागात पाहिलं.

" चल... काय गोंधळ घातला आहेस ना ते बघ... " चंदनचा चढलेला आवाज ऐकून विनय घाबरला.

" काय झालं नक्की ... " विनय विचारत होता...

" तुझा जेवणाचा डब्बा घे.. आणि चल... स्वतःच बघ.. " चंदन अजूनही रागात. विनयचा हात पकडला आणि त्याला ओढतच लंच टेबल जवळ घेऊन आला.

" बघ... बघ काय करून ठेवलं आहेस ते... " बघतो तर हे चौघे ,

एकमेकांशी गप्पा मारत बसलेले.

" बघितलंस... ऑफिस मधले चार महत्वाची माणस... सकाळपासून काही काम न करता ... नुसते गप्पा मारत बसले आहेत... काम कोणी करायची... त्यात बघ... एक टेबल सुद्धा अडवून बसले आहेत कधीचे... जेवायचे कुठे... " विनयला काही कळेना... नक्की काय चुकते आहे यात... मात्र थोड्यावेळाने समजलं, चंदन हसत होता मागे...

" यार !! ..... करून दाखवलंस तू... पुन्हा एकत्र आणलं त्यांना... खूप खूप छान वाटते आहे... " चंदनने मिठी मारली विनयला.

विनयला सुद्धा छान वाटले. संद्याकाळ पर्यंत ऑफिस मधले वातावरण सुद्धा बदलले. हे सगळे पुन्हा एकमेकांशी बोलायला लागले, हि बातमी एव्हाना सर्व ऑफिस भर पसरली. विनय निघतच होता घरी, आणि दिक्षाचा मॅसेज आला PC वर... " भेटूया का ऑफिस खाली.. " विनयला हसायला आलं. त्याने रिप्लाय केला. " मी घरी निघतो आहे.... तू सुद्धा निघत असशील तर तुला सोडतो घरी... वाटेत बोलू.. " तिचा लगेच रिप्लाय... " ठीक आहे... मीही निघते आहे.. पार्किंग मध्ये उभा राहा.. येते मी... " विनय १० मिनिटांनी खाली आला.

" हा बोल.. काही बोलायचे होते तुला... " विनय दिक्षा समोर उभा राहिला.

" इथेच बोलूया का... ".... दिक्षा...

" मग कुठे ... ? " ,

" कॉफी घेऊया का.. " ,

" चालेल ना.. ते बघ ... पलीकडेच कॉफी शॉप आहे.. " दोघे गेले तिथे. विनयने त्याची नेहमीची जागा पकडली. " मी येतं असतो इथे... ते जाऊ दे... बोला मॅडम... आज एकदम कॉफी साठी विचारलं... क्या बात है.. " ,

" तुला थँक्स बोलायचे होते.... " दिक्षाच्या चेहऱ्यावर आनंद होता. विनयला कळलं ते...

" त्यात थँक्स काय.. मला वाटलं , तुम्ही सर्वांनी पुन्हा एकत्र यावे... त्यात तुम्ही सर्वच छान आहात... म्हणून.. त्यात ... तू.... एखाद्या कवितेसारखी वाटतेस... " ,

" हेच... हेच आवडत नाही मला.. मी तुझी कविता नाही... मित्र आहेस

ना... नॉर्मल बोललास तरी चालेल... आणि ते प्रेम ,विरह .. या गोष्टीवर तर अजिबात विश्वास नाही माझा .... आवडतं नाही तेच बोलतोस... "

दिक्षा बोलून गेली पट्कन. नंतर तिलाच वाईट वाटलं..

" सॉरी.. पट्कन राग येतो मला.. पण या गोष्टी नाही आवडत मला.. मग असं कोणी वागलं कि राग येतो... " ,

" its ok ..." विनयने कॉफी संपवली.

" By the way , एक सांगायचे राहिले... तुला जेव्हा पहिल्यांदा निरखून पाहिलं ना... तेव्हाच एक कविता लिहिली होती तुझ्यावर... if you don't mind... ऐकवू का.. " ,

" चालेल ना ... " दिक्षा सावरून बसली.

" अलीकडे ना एकटच छान वाटत

चंद्राकडे पण एकटक बघावस वाटत

नसलं कुणी आसपास तरी हि छान वाटत

तुझ्याच आठवणीत रमावस वाटत

बोलताना तुझ्याकडेच बघावस वाटत

माझ्या प्रत्येक कवितेत तुझंच अस्तित्व असावं असं वाटत,

झोपेतही तुझच स्वप्न पडावं असं वाटतं

एकट्यामध्ये उगीचच हसावस वाटतं

मनं नको नको म्हणतानाही तुझ्याशी बोलावसं वाटत

फक्त तुझ्यासाठी आता सजावस वाटतं

फुलपाखरासारखं खुप खूप उडवसं वाटत

तुझ्या मिठीत येऊन आता कायमच निजावस वाटत !!!!! "

दिक्षा भारावून ऐकत होती.

"चल निघूया... सोडतोस का मला घरी.. " ,

" घरी ... तुला ?? " विनय चाट पडला.

" त्यात काय... आमच्या एरिया मध्ये तर सोडू शकतोस ना.. थेट घरात नाही बोलली... " ,

" नाही... सकाळी कोणीतरी बसत नव्हते माझ्या गाडीवर... " ,

" हो का ... बरा शहाणा आहेस तू... चल लवकर ... उशीर होईल नाहीतर... " विनयने हसतच त्याची बुलेट सुरु केली. निघाले दोघेही.

===

आज विनयची आणखी एक टेस्ट होणार होती, त्यासाठी चंदन थांबला होता हॉस्पिटल मध्ये. अवि आणि हेमंत नवीन प्रोजेक्ट साठी मुंबईबाहेर होते आणि दिक्षा , अनुजा येऊ शकत नव्हत्या. म्हणून फक्त चंदन विनयजवळ होता. बसून बसून त्यालाही कंटाळा आलेला. तिथेच येरझाऱ्या घालू लागला. तिथे एक खिडकी होती. त्याजवळ आला आणि खाली बघू लागला. आज सकाळ पासूनच लगबग होती खाली. काही अंतरावरची बाजारपेठ दिसत होती. गर्दीच होती तिथे. वेगवेगळ्या आकाराचे, रंगाचे आकाशकंदील नजरेस पडत होते. रांगोळीचे रंग घेऊन काही लोकं बसली होती. अरे हो..... परवा दिवाळी ना..चंदनच्या लक्षात आलं. हल्ली काहीच लक्षात राहत नाही. विनयकडेच साऱ्यांचे लक्ष लागलेले असते. गेल्यावर्षी किती धमाल केली होती ऑफिसमध्ये.... ते फक्त विनयमुळेच शक्य झालं होते. चंदनला आठवली ती दिवाळी.

===

हे सर्व एकत्र आल्यानंतरचा पहिला सण.... " दिवाळी ". आधीच तयारी सुरु झालेली. त्यामुळे ऑफिस मध्ये गडबड होतीच. नव्या जोमाने तयारी करत होते सर्व. ५ जणांची टीम पुन्हा ॲक्टिव्ह झालेली. साऱ्यांनी आनंदाने कामे वाटून घेतली होती. विनय सुद्धा मदत करत होता. त्यात अजूनही दिक्षाचा पत्ता नव्हता. अनुजाला विचारलं त्याने.
" उशीर होणार बोललेली.. किती उशीर हे नाही बोलली. पण तुला कशाला पाहिजे आहे ती... " अजुनाने उलट विचारलं.
" नाही.... काल तिला पणत्या आणायला सांगतील होते. " ,
" पण २ दिवस आहेत ना अजून दिवाळीला... उद्याही आणता येतील.. "
,
"तसं नाही... ऐनवेळी गडबड नको म्हणून बोललो होतो ... आजच घेऊन ये... जर ती आणणार नसेल तर दुसऱ्या कोणाला सांगता येईल... " विनयने explain केले.
विनयला एक कॉल आला तसा तो खाली आला. १० मिनिट झाली असतील. समोरून गेटमधून दिक्षा येताना दिसली. पांढरा शुभ्र ड्रेस , त्यात केशरी रंगाचा पायजमा... दोन्ही कानात मोरपंखी असं काहीतरी...

केस , एका वेगळ्या प्रकारे वर बांधलेले. त्यात तिला तो पांढरा रंग इतका उठून दिसतं होता कि क्या बात है... बघतच राहिला विनय, तरी स्वतःला सावरलं त्याने. दिक्षाने पाहिलं त्याला. तशी त्याच्या दिशेने आली.

" नमस्कार दिक्षा मॅडम... कुठे होता आपण ... " ,

" का... काय झालं... " ,

" तुला पणत्या सांगितल्या होत्या.. विसरलीस ना ... " ,

" त्याच आणायला गेले होते... हे घे ... " दिक्षाने पणतीची पिशवी त्याच्या हातात ठेवली.

"... थॅंक्स .... and By the way ... दिवाळी दोन दिवसानंतर आहे... पण तुला बघून वाटते ... आजच सुरु झाली दिवाळी.... निदान माझी तरी... " दिक्षाने त्याच्या पाठीवर चापट मारली.

" तुला काय .. सारखी मीच भेटते वाटते स्तुती करायला. आणि तू खाली काय करतो आहेस... आपले ऑफिस चौथ्या मजल्यावर आहे... कि कोणाला बघायला येतोस खाली सारखा... अनुजाला खूप लोकं येतात बघायला ते माहित आहे मला... तसाच तू येतोस का खाली कोणासाठी... " दिक्षा हसत होती.

" हो ... आहे कि ... फोटो पण आहे माझ्याकडे .... बघायचा आहे का .. " ,

" दाखव ... दाखव ... " विनयने मोबाईलचा front camera सुरु केला आणि दिक्षा समोर धरला.

" ह्या मुलीला बघायला येतो खाली... " दिक्षा स्वतःचा चेहरा बघून लाजली.

" चल ... मी जाते वरती.... तू फिरत राहा ... भुंग्या सारखा ... मिळेल कोणतेतरी फुलं ... " दिक्षा हसत निघाली , मागोमाग विनय. एकत्रच शिरले लिफ्ट मध्ये...... दोघेच. .... विनय दिक्षाकडेच बघत होता. दिक्षा लाजत होती. अचानक काही सुचलं त्याला..

" अक्षरांना सुद्धा आता तुझी सवय झालीये,

काही लिहावं म्हटलं तरी तुझंच नाव येत,

सुचतच नाही आता तुझ्याशिवाय काही,

फिरून माझं मन पुन्हा तुझ्याजवळच का येत ?? "

कसली भारी smile आली दिक्षाच्या चेहऱ्यावर ती कविता ऐकून. लिफ्टचा दरवाजा उघडला , दिक्षाने विनयच्या गालांचा गालगुच्चा घेतला आणि पळतच निघून गेली. चंदन लिफ्टच्या बाहेरच उभा. विनय लिफ्ट मधून बाहेर आला तसा त्यानेही विनयचा गालगुच्च्या घेतला.

" आता माझा घे गालगुच्च्या... " म्हणत चंदनने स्वतःचा गाल पुढे केला. तशी विनयने हलकेसे चापट मारली त्याच्या गालावर ....

" मला कळते रे सगळे ... माहित आहे ना ... माझी माणसं आहेत ऑफिस मध्ये... सगळे update असतात माझ्याकडे ... " चंदन विनयकडे पाहत म्हणाला.

तसा विनय हसू लागला. " काही नाही तसं ... छान वाटते तिच्याशी बोलताना... थंड हवेची झुळूक वाटते ती.. आणि तिची smile बघितली नाही... काय फील होते .. ते नाही explain करू शकत. " विनय वेगळ्याच जगात गेलेला बोलताना.

" तसं काही नाही माहित आहे. पण दिक्षा आणि तुझ्यात .. नक्की काही सुरु आहे... तसा तू आता पूर्ण ऑफिसचा हिरो झाला आहेस.. सर्व मुली तुझ्यावर फिदा असतात.. तुझ्यामुळेच , हे सर्व सुरु झालं हे सुद्धा मान्य... तरी .... दिक्षा तुला like करते आणि तुलाही ती आवडते .. हे मला कळते... छान सुरु आहे ... असच राहू दे... " म्हणत चंदन निघून गेला. विनय सुद्धा खुश होता.

finally , तो दिवस उगवला. सकाळपासूनच खूप लोकं आलेली ऑफिसमध्ये... तयारी सुरु होती. कोणी रांगोळी काढत होते, फुलांची तोरणं बांधत होते. रंगीबेरंगी कंदील लावले होते. अनुजा , दिक्षा सकाळीच आलेल्या. सोबत अवि , हेमंत होतेच. सर्व कसोशीने लक्ष घालत होते. कुठे काही राहायला नको म्हणून. इतक्या दिवसांनी काही होतं होते. मग, तसंच झालं पाहिजे ना काहीतरी.. सेलेब्रेशन... विनय जरा उशिराने येणार होता. त्यामुळे ज्यांनी तयारी केलेली होती, त्या मुली... त्याच्याच येण्याची वाट बघत होत्या.. फोटो काढायचे होते ना सोबत..

दिक्षा आज छान दिसतं होती. इतक्या दिवसांनी... नाही, इतक्या महिन्यांनी आज ऑफिसमध्ये काहीतरी function होतं होते. ठेवणीतली साडी नेसली होती तिने. फिक्कट पिवळा रंग... जरासा

फिक्कट पांढरा रंग बोललात तरी चालेल. त्याला सोनेरी रंगाची किनार होती. पिवळ्या रंगाच्या रेघांनी आणि त्यावर मध्ये मध्ये असलेल्या मोरपंखांनी सजली होती साडी ती. त्यात ती साडी " दिक्षा " ने नेसली होती ना... अधिक उठावदार दिसतं होती. कदाचित तिच्यामुळेच त्या साडीला उठाव आला असावा. मेकअप चा भडकपणा तिला आधी पासूनच आवडायचा नाही. त्यामुळे साधेपणात किती सौंदर्य असते ते तिला बघूनच कळत होते. सारेच तिची स्तुती करत होते... करणारच ना... दिसतं होती तशी...

   पण तिचे लक्ष कुठे होते..... शोधत होती कोणाला तरी... बोलता बोलता ऑफिस भर फेरी झाली तिची. कोण कोण आले आहे ते बघत. जवळपास सर्वच आलेले. बाकीचे काय बोलतात हे तिला नको होते.... तिला फक्त " त्याला " कशी वाटते मी आज, हे ऐकायचे होते.... " त्याची " " comment पाहिजे होती तिला. काही ५ -६ जण सोडले तर... बाकी सर्वच नटून आलेले. मुलांनी सदरा, कुर्ता ... जे शोभेल ते परिधान केलेलं. मुलींनी तर साडीलाच पसंती दिली होती. व्वा !! सगळेच छान दिसतं आहेत.. दिक्षाची अजून एक प्रदक्षिणा झाली... पण "तो " कुठे दिसला नाही तिला. ज्यासाठी एवढं सकाळपासून तयारी केली... तो तर दिसतच नाही. आलाच नाही का... ?? येणार होता ना.... काल विचारलं असते तर त्याला... समोरून चंदन येताना दिसला....

" चंदन ... ऐक ना... आला नाही का तो ... " , दिक्षाच्या बोलण्यात चिंता होती. चंदनला जरासा हसायला आले.

" तो म्हणजे कोण... " हसला चंदन. दिक्षाने त्याच्या पाठीवर चापटी मारली...

" विनय ... विनय नाही आला का... असं विचारते आहे मी... माहित असून सुद्धा... " ,

" काही बोलला नाही... नसेल येणारं... " चंदनच्या या वाक्यावर तिची घालमेल वाढली. चुळबुळ करु लागली. चंदनाला पुन्हा हसू आलं ..

" किती वाट बघत आहेत माणसं .. कोणाची तरी... " ,

" गप्प रे... सगळा मूड ऑफ झाला.." ,

" अगं ... मग कॉल कर ना त्याला... नंबर तर असेल ना... त्याचा... " ,

" त्याने दिला होता .... मीच save करून घेतला नाही... काय करू... तू करतोस का कॉल.... बोलावं ना त्याला.. " दिक्षाचे डोळे भरत आले होते...
" रडू नकोस ग... नाहीतर मेकअप खराब होईल.... येतो आहे विनय ... मस्करी केली तुझी... " चंदन जोरात हसला. दिक्षाने पुन्हा त्याच्या पाठीवर चापटी मारली. आणि हसू लागली.
" तुझ्या डोळ्यात दिसते हा सगळं .. " चंदन बोलून गेला.

विनय आलंच शेवटी ... आल्या आल्या कामाला सुरुवात केली. तरी आधीच बरीचशी तयारी झालेली, त्यामुळे त्याला जास्त काही करावं लागलं नाही. बाकी सर्व आलेत का ते पाहू लागला. पण मुली सोडतात का त्याला. फोटो... सेल्फी सुरु झालं त्याच्यासोबत.

किती आखडतो आहे आज.... १०-१५ मिनिटे झाली याला येऊन.... एकदाही बघितलं नाही माझ्याकडे याने.... दिक्षा एका कोपऱ्यात उभी राहून विनयकडे कधीची बघत होती. विनय सोबत बाकीच्या मुली फोटो काढत होत्या ना.... त्याला कोणी सोडतच नव्हते.... लाडका झाला होता ना सर्वांचा आता... त्याने सुद्धा छान कुर्ता घातला होता आज. " हिरो , handsome ... " हि विशेषणे जरी त्याला लागू होतं नसेल तरी तो होता तसाच... सगळ्यांची मने जिंकली होती त्याने.

दिक्षा तशीच उभी अजून. " जळण्याचा वास येतो आहे का तुला.... " चंदन दिक्षा जवळ येतं म्हणाला.
" नाही... " तिने अगदी सहज उत्तर दिलं...
" नक्की ना वास येतं नाही.. " चंदनने पुन्हा विचारलं. तेव्हा तिला कळलं...
" नालायका... गप्प ना... मी का जळू... " ,
" नाही... कोणाचा हक्क फोटो काढायचा.... आणि कोण काढते आहे... " चंदन हसला परत.
" जातोस का आता ... कि मारू ... " दिक्षाने हात उगारला मारायला त्याला. तसा तो पुढे पळून गेला. जाताना मात्र त्याने विनयच्या कानात काही सांगितलं.

विनय इथे- तिथे बघू लागला. एका कोपऱ्यात त्याला दिक्षा उभी दिसली. आणि.... आणि बघतच राहिला तिच्याकडे.... किती सुंदर !!

डोळ्याचे पारणे फिटले. त्या फोटोत त्याला रस नव्हता आता. तिथे उभा असला तरी त्याचे लक्ष फक्त दीक्षाकडे होते. दीक्षाला सुद्धा कळलं ते. तशी ती तिथून दुसऱ्या ठिकाणी निघून गेली. विनय सुद्धा तिच्या मागोमाग... गाठलं त्याने दिक्षाला.

" Hi .... " विनयने थांबवल तिला. " येणार नव्हतीस ना आज ... काल तर बोलली होतीस तस.. " .

" जाऊ का परत मग... घर तसं जवळच आहे माझं... " ,

" तस नाही ... but thanks ... आलीस म्हणून... " ,

" हम्म... झाले का फोटो काढून.. आज काय तुला खूप demand आहे... " , विनय हसला त्यावर.

" नको काढू का फोटो... त्याच बोलतात फोटो काढू... तू बोलतेस तर नाही काढत... " विनयच्या या वाक्यावर दिक्षा बघू लागली त्याकडे.

    " कधी पासून ऐकतोस माझं... " ,

" हेच तर... तुला कधी समजत नाही हे.. किती गोष्टीत बदल केला आहे मी तुझ्यासाठी... कधी कळणार तुला.. " ,

" का बदलतो आहेस स्वतःला... आणि आधी का नाही सांगितलं... " ,

" या गोष्टी सांगायच्या नसतात मॅडम....समजून घेयाच्या असतात मनातून.. " हे दोघे बोलत होते तर दिक्षाला घेऊन गेल्या तिच्या मैत्रिणी फोटो साठी. विनयने दुरुनच बघत होता. खरच आज किती छान दिसते आहे ना दिक्षा... काही आले होते त्याच्या मनात.. बोलणार तर कसं तिला.... सगळ्या मुली एकत्र उभ्या होत्या... काही सोडले तर सगळेच होते तिथे.. किती उठून दिसते ना या सगळ्यात दिक्षा... उन्हात सुद्धा चांदणे दिसावे असे... सोनेरी झळाळी आली आहे तिच्या चेहऱ्यावर... गालावरती गुलाबी लाली दिसते आहे... किती खुश आहे ना... काय comment देऊ हिला..

    काही वेळाने सगळे पांगले. छान झाला कार्यक्रम. विनय अजूनही दिक्षाला बघत होता. जास्त बोलणे झालेच नाही.. काही विचार करून विनय तिच्या जवळ आला.

" थोडे चालूया का एकत्र ... " ,

" कुठे ? " ,

" असच ... खाली.... पार्किंग मध्ये.. ये खाली ... मी वाट बघतो " विनय आला सुद्धा खाली. दिक्षाला गंमत वाटली. खाली आली तेव्हा विनय होता वाट बघत तिची. ती आली तस त्याने त्याचे कपडे ठीकठाक केले. दिक्षा हसली...

" तू हसू नकोस ग.... कसली भारी smile आहे तुझी... " विनय पट्कन बोलून गेला.

" हो का... मग बाकीच्या मुलीची तारीफ करून झाली.... मला काहीच बोलला नाहीस... " ,

" काय बोलू सांग... काहीच सुचत नाही तू समोर आलीस कि... आणि तुला माहित आहे मी काय बोलणार ते... " ,

" तरी बोल ... मला ऐकायचे आहे... " ,

" ठीक आहे... ऐक... रातराणी सारखी दिसते आहेस आज... सगळ्यात वेगळी... रातराणी कशी नाजूक असते.. तरी स्वतःचे अस्तित्व दाखवून देते ती... तशी वाटते आहेस... किंवा एखादी गजल... सुंदर अशी... सारखी सारखी मनात गुणगुणावी अशी... खरं सांगू का... जमलं असतं ना... तर मिठीच मारली असती तुला... आणि सोडलं नसतं... " ,

"बापरे !! " दिक्षाला हसू आलं...

" फोटो काढूया ना.. " विनयने विचारलं...

" चालेल.. " ... तिच्या मनातलं पूर्ण झालेलं...

" चल निघूया.. वर वाट बघत असतील ना... " दिक्षा बोलली...

" थांब जरा... " विनयने थांबवलं.. " एक मनात होते... तुझ्या गालाला स्पर्श करायचा आहे मला... " ,

" का रे ... " ,

" स्वप्न !! ... किती मऊ असतील ना ते... please ... एकदाच... " , " हम्म .. " दिक्षा समोर उभी राहिली पुन्हा त्याच्या... हळूच त्याने तिच्या गालाला स्पर्श केला.तेव्हा एक थंड हवेचा झोत या दोघांकडे झेपावला . दिक्षाचं शहारून गेली. विनय सुद्धा तसाच तिच्याकडे पाहत... लाजली दिक्षा... तशीच पळत पळत ती वर ऑफिसमध्ये आली. हसत हसत....

विनय वरती येतंच होता. तेव्हढ्यात अनुजाचा फोन आला. " कुठे आहेस ? " ," मी खाली आहे.. येतोच आहे वर.. ", " wait !! मी येते

खाली.. थांब... " तिने फोन कट्ट केला. अरेच्या !! तिच्याकडे लक्षच नाही आज. सारखा दिक्षाकडेच बघतो आहे. हिला राग तर आला नसेल ना... विचार सुरु होते आणि अनुजा आली. डोळे दिपून गेले पुन्हा... तिनेही साडीच नेसली होती. जराशी हिरवी छटा.. त्यात गुलाबी रंग मिसळलेला... कडेला सोनेरी रंगाचे आवरण... पाठीवर एक मण्यांची माळ रेंगाळत होती. त्यात दिसायला आधीच सुंदर .. मग काय ... भान हरपून जावे असे ते रूप.. तरीच सगळे वेडे होतात , हिच्यासाठी. विनय ती जवळ येईपर्यंत तिच्याकडे पाहत होता.

अनुजा जवळ आली आणि टिचकी वाजवली त्याच्या डोळ्यासमोर. " हं .. हा ..... सॉरी सॉरी... " विनय गडबडला.

" काही काम होते का तुझे ... थांबायला सांगितलंस खालीच ... " ,

" असंच .. वर कंटाळा आला म्हणून आले खाली... कॉफी घेउया का... जरा थकल्या सारखं वाटते.. सकाळपासून धावपळ सुरु आहे ना .. ",

" चालेल ना ... मी नेहमीच तयार असतो .. तिथे जाऊया... पलीकडे ... मी तिथेच जातो कधी वाटलं तर.. " नेहमीच्या कॉफी शॉप मध्ये घेऊन आला तिला.

" हा .... हा टेबल ... तू इथे बस ... मी इथे.. " विनयने त्याची नेहमीची जागा पकडली.

" इथे का .. आतमध्ये बसू ना.. बाहेर का ... " अनुजा खुर्चीवर बसत म्हणाली.

" इथून ना .... माझी रातराणी दिसते... ती बघ .... " विनयने अनुजाला बसल्याजागी रातराणी दाखवली.

" आता हिवाळा आहे ना .. फुलते ती याच काळात .. रात्रीचे सौंदर्य बघावे तिचे.. तू जशी आहेस ना.. तशीच फुलते ती... " विनय पटकन बोलून गेला. अनुजा हसली त्यावर.

" कवी शोभतोस हा... तुला कस जमते रे ... असं काही काव्यात्मक बोलायला. कधीपासून करतोस कविता ... छानच असतात.. " अनुजाने कॉफीचा कप हातात घेतला. " आणि हो .... thanks !! " अनुजा बोलली. " का ... " ,

" तुझ्यामुळे .. माझी जुनी मैत्रीण पुन्हा भेटली मला.... दिक्षा....

तिच्याशिवाय , इतके दिवस कशी राहिली .. नाही कळणार तुला... तिला खूप मिस केलं मी. पुन्हा कधीच बोलणे होणार नाही असच वाटायचे मला ... पण तुझ्यामुळे पुन्हा जवळ आलो आम्ही... " ,

" आणि मित्र .... ? " ,

" ते तर आहेतच.. चंदन , हेमंत , अवि ... सारेच नव्याने भेटले...हे सण, सेलेब्रेशन ... येतंच राहतील. पण life मध्ये असे मित्र पुन्हा भेटत नाहीत... so , खूप खूप थँक्स... आणि तू सुद्धा भेटलास मला ... देवाचे खूप खूप आभार ... " अनुजा बोलत होती. आणि विनयने हात जोडून वर आभाळाकडे पाहत नमस्कार केला.

" किती आगाऊ... हे काय, नमस्कार वगैरे... " इतक्यात तिचा फोन वाजला. " हो .. हो .... आलेच.. " कॉल कट्ट केला तिने.. " चल .... अविने बोलावलं आहे आपल्याला.. ग्रुप फोटो साठी... " ,

" किती फोटो काढतात ना पोरी ... " ,

" हो का ... चल गुपचूप.. " अनुजा त्याला ओढतच घेऊन आली. फोटोग्राफी सुरू झालेली आधीच. सर्व ग्रुपचे फोटो झाले. शेवटी, या ५ जणांच्या टीम चा फोटो काढायचा क्षण आला. अचानक हेमंत ला काही आठवलं.

" विनय ... ये रे तुहि.... " ,

" मी कुठे ... तुमची टीम आहे ना.. " तरी हेमंत विनयला घेऊनच आला.

" चल रे ... तुझ्याशिवाय का हे सगळं " विनय तयार झाला फोटो साठी. पण कोणाशेजारी उभे राहायचे हा प्रश्न... " एक काम करूया ... " विनय या सर्वांच्या समोरच गुडघ्यावर बसला. " मी पण येईन फोटोत आता... आणि तुमची friendship सुद्धा ... " सगळेच हसले ... छान फोटो आला.

==

चंदन तोच फोटो बघत होता. गेल्यावर्षीचा movie ... डोळ्यासमोरून गेला. रिपोर्ट तर मिळालेले होतेच. विनय शांत झोपला होता. कदाचित , औषधांमुळे झोप आली असावी. निघूया आपणही.. अरे हो ... त्याने रातराणीच्या फोटो मागितला होता... कशी दिसते आता त्यासाठी...

आता तर किती बहर येतो रातराणीला... पण बघायला तिचा मालकच नाही .. " बरा हो रे लवकर ... विन्या... सगळे तुझीच वाट बघत आहेत... " चंदन मनात बोलला आणि निघाला.

===

दिवस पुढे जात होते. ऑफिसमधले वातावरण आनंदी , खेळकर .. त्याचा परिणाम कामावर सुद्धा झाला. सगळ्यांचे परफॉर्मन्स सुधारले. त्यामुळे मोठे सर सुद्धा खुश. दर शुक्रवारी .. काही कार्यक्रम ठरलेला. त्यात विनयचा सहभाग महत्वाचा. सगळयांच्या गळ्यातील ताईत झालेला तो. पण specially , दिक्षाला आवडू लागला होता तो. अनुजा सुद्धा त्याला जवळचा मित्र मानू लागली होती. परंतु , दिक्षा-विनय मध्ये काही सुरु आहे, हे अवि, चंदन , हेमंत.. या तिघांनाही समजलं होते. एकदा अविनेच त्याला कोपऱ्यात घेतलं.

" काय सायबा.. वहिनी कश्या आहेत... " अविच्या या प्रश्नावर विनय चपापला.

" कोण वाहिनी ? " ,

" होय तर ... जसं काय मी कालच गावावरून आलो.... कोण वहिनी म्हणे.. दिक्षा बद्दल बोलतो आहे. " अवि म्हणाला.

" चल रे ... काही काय... फक्त मित्र आहोत... " ,

" दिसते ते ..... 'फक्त मित्र ' आहात ते.... " ,

" तस तर अनुजा सोबत जात असतो वरचेवर... कॉफी साठी... कधी कधी घरी सोडतो तिला... त्याचे काय... " ,

" अनुजा मैत्रीण वाटते.. पण दिक्षा सोबत असली कि तुझा चेहरा खुलतो. ते एकदा आरश्यामध्ये बघ... असो, छान आहे दिक्षा... शोभून दिसते तुला.... विचारून टाक.. " विनयचा चेहरा गुलाबी झाला त्यावर.

हेमंत सुद्धा आलेला , तोही सामील झाला. " खरंच विचार तिला.. .... छान वाटता तुम्ही दोघे... आणि थँक्स.. हे सर्व बदललं तू... खूप छान वाटतात हे बदल. बघ , मीच किती बदललो आहे ते. मूडपण किती छान असतो आता. स्वतःकडे लक्ष देतो सध्या. प्रत्येकाशी हसून बोलतो. त्यामुळे पूर्ण दिवस छान जातो माझा. सगळं तुझ्यामुळे... किती केलंस तू आमच्यासाठी, जीवनच बदलून टाकलं तू... " हेमंत आणि अविने

त्याला मिठी मारली.

असा कौतुक सोहळा सुरु होता. विनय हसतच जागेवर येऊन बसला. " काय साहेब ..... काय मग ... आजकाल जास्तच खुश असता ... दिक्षा ' हो ' बोलली वाटते.. " ,

" गप रे .... तू पण झालास सुरु... मित्र आहोत आम्ही फक्त... " विनयने चिमटा काढला चंदनला. दोघेही जोरात हसू लागले. पण हसता हसता जोराचा ठसका लागला विनयला.

" पाणी .... पाणी घे ... " चंदनने विनयला पाणी दिले... " Are you fine ... ? " ....चंदन..

" हो ... हो ... बरा आहे.. " विनय सावरला जरा.

" नक्की बरा आहेस ना ... " चंदनने पुन्हा विचारलं.

" हो ... " ,

" तुला वाटतं असेल ... लोकांना काही कळत नाही. बाकीच्यांना समजत नसेल ... पण माझं लक्ष आहे तुझ्याकडे.. " चंदन बोलला तसा विनय बघू लागला त्याच्याकडे..

" काय .... बोलतो ..... आहेस .... नक्की ....",

" हेच ... आजकाल , जरा लवकर दमतोस तू... पहिला कसा, एकदम फिट वाटायचा तू ... आता नाही. " चंदन ...

"असं काही नाही उगाचच वाटते तुला... कदाचित , पूर्ण झोप येत नाही म्हणून असेल तसं... तुला बोललो होतो ना ... ते स्वप्न.... समुद्र.... शुभ्र वाळू .... रातराणीचे झाड... ते स्वप्न पडलं कि झोपच येत नाही बघ ... त्यामुळे असेल हे ... ",

" उगाचच कस.. आणि अपूर्ण झोप.... नी.... दम लागणे , यात काय संबंध.. सकाळी bike ने येतोस. आपल्या ऑफिस मध्ये लिफ्ट ने येतोस... तरी इथे बसल्या बसल्या जोराने श्वास घेत असतोस ... रोज कसल्या medicine खात असतोस.. जसा दम लागलेला असतो कि किती चालून आलास. आता मला खोटे पाडू नकोस ... मला रोज दिसते ते... " ,

" खरच काही नाही भावा ... trust me ... बरं , तू माझी रातराणी बघितली का... कसली फुललेली असते ... solid feeling येते बघताना...

" विनयने विषय बदलला. तरी चंदनला काळजी होती.

तिथे , दिक्षाला विनय खरंच आवडू लागला होता. त्याच्याच विचारात असायची सध्या. अशीच एक दिवस ऑफिसमधून घरी निघालेली. तर तीच लक्ष रातराणीकडे गेलं. विनयची रातराणी ना .... कशी बहरली आहे.. दिक्षा तिच्याजवळ आली. गोंजारू लागली तिला.

" कसा आहे ग विनय.... माझ्यापेक्षा जास्त ओळखतेस ना त्याला. ये ..... तो जादूगार आहे का ... जादूच करतो सा‍र्‍यांवर ... मला बघ किती बदलून टाकलं त्याने.. आधी खुश असायचे ... आता जास्त आनंदी असते... किती हसत असते सध्या. सगळं कसं छान वाटते , तो सोबत असला कि. तो नेहमीच सोबत असावा असं वाटतं राहते मला. आधी, पांढरा .. निळा .. हेच रंग माहित होते. आता सगळेच रंग माझेच वाटतात.. एक-दोन फुले सोडली तर बाकी नाही आवडायची... आता सारीच फुले मला रोज जवळ असावी असे वाटते. आधी , प्रेमावर विश्वास नव्हता...पण आता विनयने प्रेम करायाला शिकवले मला.. थँक्स .... तुझ्यामुळे विनयला भेटू शकले. .. " दिक्षा इतका वेळ रातराणीशी गप्पा मारत होती.

" ओ मॅडम ... " मागून अनुजाने आवाज दिला तशी दिक्षा भानावर आली. " कोणाशी बोलते आहेस ... वेडबिड लागलं आहे का ... " अनुजा scooty सुरु करत म्हणाली. दिक्षा हसली फक्त त्यावर. अनुजाच्या मागे बसली दिक्षा. तरी अजूनही विनयच्या विचारात. अनुजाचे सुद्धा काही वेगळे नव्हते. तिलाही विनय खूप जवळचा वाटू लागला होता. तिने पुन्हा कविता करायला सुरुवात केली होती. कधी कधी तिचा गाण्यांचा कार्यक्रम, विनय सोबत ठरलेला असायचा ऑफिसमध्ये. त्यांची मैत्री खूप घट्ट झाली होती. दिक्षा , अनुजाची मैत्री तर होतीच पण त्यात आता विनय सुद्धा आलेला होता. हे सारेच आता एकत्र जेवायला बसायचे. कधी कधी फिरायला जायचे. ते चार , चंदन आणि सोबतीला विनय. त्यातल्या त्यात , दिक्षा - विनयचे छान सुरु जुळले होते. शिवाय पावसाळा जवळ आलेला. दिक्षाला खूप आवडायचा पाऊस.

==

पावसाचा पहिला दिवस आणि त्यात दिवस भर मिटिंग. बाहेर पावसाळी वातावरण होते तरी पाऊस पडला नव्हता. दिक्षाचा मूड सकाळ पासूनच रोमँटिक होता. त्यात पहिला पाऊस...पहिलं प्रेम ... आणि मिटिंग मध्ये विनय सुद्धा होताच कि...

" propose तरी करणार आहेस का कधी " , दिक्षा विनयकडे पाहत मनातल्या मनात बोलली. त्याच क्षणाला विनयने चमकून दिक्षाकडे पाहिलं. बापरे !! याला ऐकायला गेले कि काय ... सहज तिच्या मनात विचार आला. हट्ट !! असं असते का कुठे, त्याला कस जाईल ऐकायला ..... येडू कुठली... दिक्षा स्वतःशीच हसली. एका मोठ्या मीटिंग रूम मध्ये, या दोघांसोबत आणखी खूप जण होते. कसलेसे presentation होते. दिक्षा एका कोपऱ्यात तर विनय दुसऱ्या. कधीपासून एकमेकांना चोरून बघणे सुरु होते. फोनवर तर कसा चटपट बोलतो, चॅटिंग वर मेसेज किती पटापट type करतो... मग समोर आली कि काय होते हल्ली याला कळत नाही. एक -दोन शब्द सोडले कि "ततपप " सुरु होते साहेबांचे.

विनय सुद्धा मधेच एक चोरटा कटाक्ष टाकत होता. " काय सुरु आहे नक्की मनात माझ्या, काहीच उमगत नाही. बघूया का तिच्याकडे पुन्हा... नको ... आताच तर बघितले ना... पण ... माझ्या कडे बघत असेल का ती.. " त्याने पुन्हा तिरक्या नजरेने पाहिलं. शेवटी झालीच नजरानजर. मग काय, उगाचच इथे-तिथे पाहू लागला विनय. दिक्षाच्या चेहऱ्यावर पुन्हा तीच " सुंदर smile " आली. मिटिंग मध्ये अर्ध्या तासाचा ब्रेक झाला. सगळे बाहेर आले आणि हातात चहाचे कप घेऊन गप्पा मारत उभे राहिले. विनयने एक कोपरा पकडला, हातात चहाचा कप... दिक्षा बरोबर समोर तरी दुसऱ्या टोकाला तिच्या मैत्रिणी सोबत. आता इतक्या दूरून कसे बोलणार, तरी एक साधन होते ना... डोळे... मग काय, नजरेची भाषा सुरु झाली.

" चहा घेणार का माझ्यासोबत ? " विनयने नजरेने विचारलं आणि हातातला कप जरा वर करून दाखवला.

" हो ... चालेल ना " दिक्षाने सुद्धा तसेच केले.

" काही बोलायचे आहे का तुला.. " विनयने पहिला प्रश्न केला.

" तुला वाटते का काही असं .. " दिक्षाचा डोळ्यांनीच रिप्लाय.

" हो... म्हणून तर विचारलं ",

" काही नाही... सहजच ",

" पण मी काही ऐकलं मघाशी .. " विनयच्या त्या नजरेच्या वाक्यावर दिक्षा चहाचा घोट घेत घेत थांबली.

" खरंच ऐकलं तू ? ",

" हो तर .. " हसला विनय.

" चल झूठा ... काहीच ऐकलं नाही तू.. " दिक्षाही हसू लागली.

" बोल आणखी काही.. मनातलं " विनय पुढे "बोलला ".

" तुझ्यावर कोणाचा हक्क आहे का... नाहीतर मीच हक्क मागितला असता तुझा. तू आल्यापासून खूप आनंदी राहायला लागली आहे, अशी नव्हती कधी पहिली मी. तो आनंद हवाहवासा वाटतो. म्हणून तुला माझ्याकडेच ठेवलं असत कायमचं. आता तुझेच विचार असतात डोळ्यात, नजरेत.. आधी प्रेमावर विश्वास नव्हता... आता वाटते प्रेमात पडावं कोणाच्या तरी.. " दिक्षाच्या नजरेतून खूप काही कळलं.

" मग ... कोणाच्या प्रेमात पडणार आहेस " विनय चहाचा घोट घेत म्हणाला.

" तू कधी propose करणार आहेस.. " दिक्षाच्या या वाक्यावर विनय हातातली चहा सोडून तिच्याकडेच पाहू लागला.

===

मिटिंगमध्ये अनुजा नव्हती. ती घरी होती. तिची तब्येत ठीक नव्हती. तरी तिला मिटिंगमधली सगळी माहिती मिळत होती. मिटिंग संपली. सगळे निघाले घरी. विनय - दिक्षा शेवटी निघाले. गप्पा मारत मारत खाली आले. आणि अचानक पाऊस सुरु झाला. पहिला पाऊस... जणू काही यांचीच वाट बघत असावा तो.. विनयला तसा आवडायचा नाही पाऊस... कवी असून सुद्धा. पण दिक्षा .. ती तर कधी पासून वाट बघत होती पावसाची. मातीचा सुगंध आला... सोबत विनय... जवळचे सामान तिने एका कोपऱ्यात ठेवले आणि गेली भिजायला. नाचत होती ती पावसात. प्रेम सुद्धा नवीनच होते ना तिचे. आनंद झालेला. विनय तिला तसं काही करताना पहिल्यांदा बघत होता. त्यालाही छान वाटलं,

अशातच त्यालाही वाटलं ... जाऊया पावसात .. तिच्या सोबतीला.... तो पुढे जाणार , आणि त्याचा मोबाईल वाजला. अनुजाचा कॉल होता.

" हॅलो विनय... " ,

" हो... गं .... मीच आहे .... मला कॉल केला तर मीच असणार ना ... " ,

" आगाऊ ..... ते सोड.. बघ किती छान पाऊस पडतो आहे... मला पण एका कविता सुचली... म्हणून लगेच तुला कॉल केला... बोलू का पट्कन , विसरून जाईन नाहीतर... " ,

" बोल बोल .... मी ऐकतो.. " विनय शांतपणे ऐकू लागला.

" बघ ना आज परत अवेळी पाऊस पडतोय

मी खिडकीजवळ उभं राहून बघतेय

ते पावसाचे थेंब,तो पावसाचा आवाज

आणि पुन्हा तुझ्या आठवणी;न संपणाऱ्या

     पाऊस मला आवडतच नव्हता कधी

पण पहिल्यांदा झालेली आपली ती भेट

तो कोसळणारा पाऊस पाहून वाटत होत

किती आतुर होता तो धरतीला भेटायला

     सगळं अजून तसंच आहे डोळ्यासमोर

तुझ्यामुळेच तर पाऊस आवडायला लागला

तुझं आयुष्यात येणं पण पावसासारखंच होत

आयुष्याच्या वाळवंटाच हिरवं रान केलंस

     खूप साऱ्या आठवणींची शिदोरी दिलीस

प्रेमाची नवी परिभाषा शिकवलीस मला

आता आयुष्यात काहीच नसलं तरी पुरेल

इतकं प्रेम भरलय मनात;तुझ्या येण्यानं

     हा पाऊस ना आपल्यातला दुवा झालाय आता

तुझं माझ्या सोबत असण्याचा पुरावा आहे तो

अतृप्त धरणीला स्वतःच्या प्रत्येक थेंबाने

तृप्त करणारा ,बेभान असा पाऊस....."

     संध्याकाळ होतं होती. त्यात थोडी कुंद हवा.... थोडीशी थंड हवा... त्या हवेत पावसाचा ओलसर पणा भरलेला. विनयच्या कानात अनुजाची

कविता आणि समोर स्वतःला विसरून भिजणारी दिक्षा... विनयच्या मनात कससं झालं. शहारून गेला तो.

===

चंदनचे observation बरोबर होते. विनय हल्ली जरा उशिरानेच यायचा. आजारी वाटायचा. तो फरक अविला सुद्धा जाणवला. एक दिवस, विनयच्या बॅग मधून एक कागदाचे पाकीट खाली पडलं. चंदनने खूप वेळाने ते बघितलं. तोपर्यंत विनय निघून गेलेला घरी. चंदनने ते स्वतः जवळच ठेवलं. तरी कुतूहलाने त्याने ते पुन्हा बघितलं. हॉस्पिटलचे रिपोर्ट !!! विनय कशाला जातो हॉस्पिटल मध्ये... हेमंतला सुद्धा तो हॉस्पिटल मधेच भेटतो वरचेवर.... काय भानगड आहे नक्की.... त्याने ते पाकीट उघडलं आणि त्यातले रिपोर्ट वाचले. जरा confused झाला. कारण एक नावं त्याने पहिल्यांदा वाचले होते. काहीच कळलं नाही त्याला. म्हणून ते त्याने गूगल वर search केलं. घाम फुटला त्याला. tension मध्ये आला. पुढच्या दिवशी, त्याला विचारू... काय आहे हे.. असं ठरवून चंदन घरी निघाला.

पुढच्या दिवशी , विनय आला तसा चंदन त्याला मिटिंग रूम मध्ये घेऊन आला.

" काय झालं चंदन .... आणि असा का वागतोस.... " विनय घाबरला.

" तू आधी आत चल.. बाहेर तमाशा नाही करायचा. " चंदनने दरवाजा लावून घेतला.

" हे काय आहे विनय .... " चंदनने तेच रिपोर्ट विनयसमोर धरले. विनयला काय बोलावे ते कळेना.

" तू आजारी आहेस आणि तो रोग एव्हडा भयानक आहे... सांगावे वाटलं नाही कधी... काय नावं त्याचे... हा... cystic fibrosis... बोल ... का सांगितलं नाहीस .. आहे ना खरं... बोल बोल... " विनयने शांतपणे ऐकून घेतलं. बसला खाली खुर्चीवर.

" होय ... मला आहे... श्वास घेताना त्रास होतो त्याने.... आणि आणखी काही प्रॉब्लेम होतात शारीरिक... त्याचीच treatment घेण्यासाठी मुंबईत आलो. " विनय सांगत होता.

" का सांगितल नाही कोणाला... तुला त्रास होतो ते ... " चंदनचा गळा

दाटून आलेला.

" हो ... त्रास होतो, पण सगळ्यांना सांगून तरी काय फायदा होणार होता.... फक्त सहानुभूती तेवढी मिळाली असती.. ते नको होते मला... जाऊ दे.... तुला कळलं ना ... बाकी कोणाला सांगू नकोस.. सगळे कसे छान हसत आहात ना.. नको दुःखी करू कोणाला... तसही मी आता सोडतो आहे ऑफिस ... जमत नाही प्रवास आता... " ,

" आणि दिक्षा ... अनुजाला काय सांगू.... " ,

" काहीही सांग ... " विनय उठला , ते रिपोर्ट्स घेतले आणि निघून गेला. चंदन तसाच राहिला बसून.

विनय दुपार पर्यंत गप्पच होता. कामातच लक्ष. चंदनशी एका शब्दाने काही बोलला नाही. दुपार झाली तसा निघून गेला घरी. फक्त विनयला निघताना तेवढं सांगून गेला. बाकी कोणाला नाही. चंदनला सुद्धा करमत नव्हतं. मनात घाबरलेला सुद्धा. त्यात बाहेर पावसाने सुरुवात केलेली. ढगाळलेले वातावरण. जोराचा वारा. चंदन चहाचा कप घेऊन ऑफिसमधल्या एका खिडकी पाशी उभा राहून बाहेरचा पाऊस बघत होता. मनात विचारांचे काहूर माजलेले.

" Hi ... " मागून आवाज आला. अनुजा होती मागे.

" Hi ... " चंदनने उसनी smile आणली चेहऱ्यावर.

" मस्त पाऊस आहे ना.. त्यात हा गरमा गरम चहा... मस्त वाटते ना... " ,

" हम्म " चंदन त्याच्याच विचारात.

" कसा अचानक येतो ना हा पाऊस... मन कस प्रसन्न करतो. विनय सुद्धा असाच आला ना आपल्या life मध्ये. बघ ना.. बघता बघता सगळं बदलून टाकलं त्याने.... " अनुजा मनापासून बोलत होती. चंदन फक्त ऐकत होता ते.

" किती आगाऊ वागतो ना कधी कधी.... मस्ती करतो.... चिडवतो... रागावली कि लगेच हसवतो. कसली तरी विचित्र स्वप्न पडतात त्याला समुद्र , रातराणीचे झाडं... पांढरी वाळू .. सगळं कस विचित्र.... तोही जरा विचित्र आहे तरी आवडतो... मस्त वाटते त्याच्या सोबत.... नेहमीच त्याची सोबत आवडते, पण आता वाटते कि... त्यालाही मी आवडू लागले

आहे... मला सुद्धा आवडू लागला आहे तो... कदाचित.... सांगू का त्याला... " चंदनने ते ऐकलं आणि मोठ्याने वीज चमकली.

" सांग ना... चंदन... सांगू का त्याला... तो मला आवडतो ते ... " अनुजाच्या चेहऱ्यावरचा आनंद लपत नव्हता. चंदनला काय बोलावे तेच कळत नव्हतं. काहीतरी बोलावं ... म्हणून बोलणार इतक्यात अनुजाला कॉल आला. तशी ती निघून गेली. बाहेर तुफान पाऊस..... काय बोलावं. आधी दिक्षा आणि आता हि अनुजा... विनयला काय झालं आहे नक्की ... ते सुद्धा माहित नाही. कोणाला काय बोलू... चंदन तसाच उभा विचार करत.

आणखी २ आठवडे गेले. विनयच्या सुट्ट्या वाढल्या होत्या. आला कि नेहमी सारखा वागत असे... दिक्षा , अनुजा सोबत तिचं मस्करी.... अवि सोबत भंकस... हेमंत सोबत गप्पा. नॉर्मल सगळं. फक्त चंदनला माहित होते, त्याच्यात काय सुरु आहे ते... पावसाने सुद्धा चांगला जोर पकडला होता या आठवड्यात. दिक्षा ,अनुजा आणखी प्रेमात विनयच्या... पण चंदन आणखी tension मध्ये असायचा.

असाच एक दिवस... जोराचा पाऊस होता. ऑफिसमध्ये त्यावेळी फक्त चंदन आणि हाताच्या बोटावर मोजण्या इतकीच माणसं... अश्या पावसात विनय आलेला ऑफिस मध्ये. पण चंदनला नेहमी पेक्षा वेगळा वाटला. आला तोच खुर्चीवर बसला पट्कन. केवढा दम लागलेला त्याला. १०-१५ मिनिटे झाली तरी श्वासावर नियंत्रण आले नव्हते. काम सुरु केले विनयने त्याचे. आणखी काही मिनिटे गेली. " चंदन ... चंदन !! " विनयने चंदनला जोरात हाक मारली. जोरा -जोराने श्वास घेत होता विनय. " काय..... काय झालं विनय.... विनय... " चंदन घाबरला. काही बोलायच्या आतच विनय बसल्या जागी बेशुद्ध झाला.

धावपळ करत चंदन आणि काही सहकाऱ्यांनी विनयला त्याच हॉस्पिटल मध्ये ऍडमिट केले. सगळे घाबरलेले.... चंदनने मोठ्या सरांना फोन लावला. बाकीच्या जमलेल्या पैकी कोणी अवि ,अनुजाला कॉल केले. पुढच्या अर्ध्या तासात बरीच गर्दी झाली. विनयला लगेच I.C.U. मध्ये घेऊन गेले. एवढी गर्दी... विनय होताच तसा लाडका सर्वांचा. तरी गर्दी कमी करण्यासाठी मोठ्या सरांनी बाकीच्या लोकांना जायला

सांगितले.

" काय झालंय नक्की विनयला .... " अनुजा डॉक्टरला विचारत होती. " बेशुद्ध कसा काय झाला... काय झालं त्याला... आणि एवढ्याश्या कारणासाठी...I.C.U. मध्ये .... चंदन.... सांग... काय चाललंय ते... " दिक्षा चंदनला विचारत होती. अवि, हेमंत विनयला बाहेरूनच बघत होते. चंदनला काही सुचत नव्हतं. तोही थरथरत होता. शेवटी, तो मोठ्या सरांजवळ आला.

" सर...प्लिज.. सांगा आता खरं काय ते ... मला माहित झालं होते,, तेही थोडेच.. पण आता वेळ आली आहे सांगायची... खूप जवळचा मित्र आहे ना तो... सांगा सर... " त्यांनी या सर्वांकडे पाहिलं.
" ठीक आहे... चला त्या रूम मध्ये... तिथे विनयचे डॉक्टर सुद्धा आहेत... तेच सांगतील. "

हे पाच जणं , सर आणि डॉक्टर असे जमले. " विनयला मी लहानपणापासून ओळखतो. त्यांचे घर माझ्या गावच्या घराशेजारी. त्याचे वडील माझे मित्र. छान , चुणचुणीत मुलगा... अभ्यासात हुशार... गाणी म्हणायची सवय तेव्हापासून. वडिलांपेक्षा आईवर जास्त जीव त्याचा..... तिच्या सोबतच सारखा... वासरू कस असते गाईला बिलगून ... अगदी तसाच. पण त्याची आई... त्याच्या लहानपणीच गेली. त्याची आई दिसायला खूप सुंदर होती. ' राणी ' नावं तिचं. आणि विनयचे वडील ... लाडाने तिला ' रातराणी ' म्हणायचे. दोघांमध्ये प्रेम सुद्धा खूप होते. लहानग्या विनयला रातराणी म्हणजे आपली आईच... हेच माहित. तेव्हापासून आवडते त्याला रातराणी. त्याची आई गेली तेव्हा सुद्धा त्याच्या घराशेजारी रातराणीचे झाड होते.. त्यालाच बिलगून बसला होता. असा विनय... कमाल बघा ... आईवर इतकं प्रेम करणारा ..... त्याला हा आजार , त्याच्या आई कडूनच मिळला...... डॉक्टर , तुम्ही सांगता का पुढे.... " डॉक्टर तयार होते सांगायला.

" cystic fibrosis.... हा आजार ... जो विनयला झाला आहे, भारतात जास्त आढळत नाही. आई-वडील ... दोघांनाही असला तरच मुलाला होऊ शकतो. विनयची आई त्यामुळेच गेली. आणि वडील सुद्धा. हा आजार ठीक होत नाही. परंतु, योग्य आहार, औषध घेतली तर पेशंट

५० वर्ष तरी जगतो, विनय मुंबईत आला तेव्हा already खूप उशीर झालेला. गेल्या वर्षभरात खूप try केले आम्ही. तरी.... " डॉक्टर बोलताना थांबले.

" कसा त्रास होतो याचा... या आजाराचा... " चंदनने धीर करून विचारलं.

" श्वसनाचा आजार आहे हा... जस वय वाढते तस शरीरभर पसरतो. धाप लागते, श्वास घेताना त्रास होतो... हे तर आहेच, पण रक्ताच्या गुठळ्या तयार होतात. जेलीसारखं पदार्थ तयार होतात रक्तात. मग त्याचा परिणाम किडनीवर होतो, आतडयांवर होतो, शेवटी heart वर तणाव येतो... "

" विनयचे वडील वारले तेव्हा त्यांच्या सोबत विनयचा सुद्धा उपचार सुरु होता गावात. आई-वडील शिवाय कोणी नव्हतं याचं. मलाच बघवलं नाही. त्याला जॉबची गरज होतीच... औषधांसाठी... म्हणून आपल्या ऑफिस मध्ये ठेवलं. वडील गेले , त्याच्या ३ दिवसांनी तो आपल्या ऑफिसमध्ये जॉईन झालेला, वाटले शहरात तरी चांगले उपचार मिळतील पण मलाच उशीर झाला त्याला घेऊन यायला. " सरांच्या डोळ्यात पाणी आलं. सरांना एकप्रकारचा मानसिक धक्का बसला होता. काय झालं हे... इतके सारे आनंदाचे क्षण आणि अचानक मोठ्ठा धक्का ... कसं सावरावे यातून...

===

एक तो दिवस होता , आणि एक आजचा दिवस... तेव्हाही रिपोर्ट्स वाईटच होते आणि आताही. चंदनच्या डोळ्यासमोर होते सर्व. विनयच्या शेजारीच बसला होता तो. विनयला जाग आली. चंदनला पाहिलं.

" Good morning मित्रा... " चंदनला हाक मारली त्याने.

" दुपार झाली आहे .... morning नाही... आज खूप झोपलास असं वाटते... " चंदनने हसत विचारलं.

" नाही रे .. रात्री ते स्वप्न पडलं तेव्हा ४ वाजले होते ... पण पहाटे ६ पर्यंत तरी जागा होतो... आताच झोप लागली पुन्हा... तेच स्वप्न का पडते कळत नाही... काय संबंध तेही कळत नाही. " त्याला चंदनच्या हातात रिपोर्ट्स दिसले.

" अरे व्वा !! काय आहे रिपोर्ट्स मध्ये ... सांग .... " चंदनने त्याला गप्प

केलं.

" कशाला रे.... काय करायचे आहेत रिपोर्ट्स तुला... बरा आहेस तू... लवकरच घरी सोडणार आहेत तुला.. हे आहे लिहिलेलं .. झालं समाधान... " चंदन एवढं बोलून निघून गेला रागातच.

===

खरं तर हल्ली विनयची तब्येत पार ढासळली होती. त्यालाही कळत होते ते. तरी सगळेच प्रयत्न करत होते विनय चांगला , ठीकठाक व्हावा म्हणून. रोज कोण ना कोणी असायचे त्याच्या सोबत. ऑफिसमधलं काम सांभाळून जायचे त्याच्याशी गप्पा मारायला. पावसाळा संपून हिवाळा सुरु झालेला. रातराणीचे छोटे रोपटे आता मोठे झाले होते. पण विनयचं नव्हता तिला बघायला तिथे.

अश्याच एका दिवशी, विनयची तब्येत एकदम ढासळली. डॉक्टर सुद्धा प्रयत्न करत होते तरी त्यांना कळलेलं बहुदा. हिवाळ्यातली संध्याकाळ... कातरवेळ.... बोचरी थंड हवा... तेव्हा हेमंत होता सोबतीला.... हेमंतला सुद्धा जाणीव झाली. त्याने बाकीच्यांना बोलावून घेतलं. सर्व येई पर्यंत रात्रीचे ८ वाजले. विनय या ५ जणांचीच वाट बघत होता जणू. दिक्षा , अनुजा , हेमंत , चंदन , अविनाश.. सर्व त्याला घेरून बसले होते. दिक्षा त्याचा हात हातात घेऊन बसली होती.

" विनय ... आलो आहोत आम्ही सर्व.. अनुजा .... अवि ... चंदन ... हेमंत ... सगळे आहेत... " विनय घाबरा-घुबरा झालेला. त्याला दिक्षा धीर देत होती.

" दिक्षा ... सोबत रहा माझ्या... बोलत रहा माझ्याशी... मला भीती वाटते आहे.... सर्व सोडून गेलात तर मला ... नाही जाणार ना... " ,

" नाही नाही ... कोणी नाही जात.... " अनुजा बोलली.

" अव्या .... अव्या ... कुठे गेला ... " विनय त्याला शोधत होता.

" आहे ... मी आहे इथेच .... नाही जात आहे कोणी कुठे ... मी दरवाजाच लावून घेतो .... " अविच्या डोळ्यात पाणी.

" बोल ना माझ्याशी दिक्षा ... का बोलत नाहीस .... रागावली आहेस का .... तुझी smile खूप दिवस बघितली नाही .... हस ना एकदा ... ".... विनय

यात कस हसणार... दुःखाचा डोंगर कोसळला होता. त्यात हसणार तरी कसं .... इतका वेळ अश्रू थांबवून ठेवले होते दिक्षाने , विनयचं बोलणं ऐकलं आणि रडू लागली ती.

" रडू नकोस गं .... मी नाही जात आहे कुठे .. आणि तू हसताना किती छान दिसतेस .... रडू नकोस .... माहित आहे ना ..... मला किती आवडते तुझी smile ... " दिक्षा रडतच होती.

डॉक्टरने त्याचे प्रयत्न चालूच ठेवले होते. दर अर्ध्या तासाने कसलेसे injection देतं होते. विनयचा त्रास कमी करण्यासाठी. पण किती प्रयत्न करणार आणखी. " आजची रात्र काढली तरी.. " डॉक्टर बोलून निघून गेले. हेमंत सुद्धा एका कोपऱ्यात उभा... विन्यासारखा मित्र कुठे भेटणार... ..... काय करू मी तरी...

" हेमंत ... !! " विनयने बोलवलं त्याला. हेमंत आला त्याच्याजवळ ....

" गिटार वाजवतोस का ... " विनयने हळू आवाजात म्हंटल. विनय हॉस्पिटल मध्ये आल्यापासून त्याची गिटार त्याच्या बेडशेजारीच असायची. हेमंतने हातात घेतली गिटार. विनयकडूनच शिकलेला तो.. हेमंतला भरून आलं , तरी विनय साठी त्याने गिटार वाजवायला सुरु केली. विनयच्या चेहऱ्यावर हास्य उमटलं. मध्यरात्र झालेली. विनयची तब्येत आणखी खालावली. हेमंत गिटार वाजवतच होता. मधेच विनयशी गप्पा सुरू होत्या. तणावाचे वातावरण ... कोणालाच झोप नाही.

बघता बघता पहाटेचे ५ वाजले. विनयला श्वास घेताना प्रचंड कष्ट पडत होते. " अनु.. .. जा .... अनुजा ..... !! " त्याने कसबसं तिला हाक मारली.

" आहे मी इथेच ... बोल .... काय ... " अनुजा भरलेल्या डोळ्यांनी विनयला पाहत होती.

" एक .... एक .... कवी .... ता .... " पुढे बोलूच शकला नाही तो. अनुजाला नाही बघवल विनयला तस. हुंदके देऊन रडू लागली. तरी विनय बोलला म्हणून तिने डोळे पुसले. आणि एक कविता सुरू केली.

" तु आहे अशी देवाची सुंदर निर्मिती...

सोबत हवीशी वाटणारी आकृती...

परिसस्पर्श आहे तुझ्या हातांचा...

साद जणू त्या निळ्या सागरी लाटांचा...

गहरे आहेत बंध, घट्ट आहेत गाठी...

स्वर्गातून बनलोय आपण एकमेकांसाठी...

माझ्यासाठी आहे तु सावली...

दिग्मुढ अनुभव प्रेमाचे आहेत पावलोपावली...

हास्य आणि अश्रूंचा होतो कायम संगम...

जेव्हा होते तुझ्या आठवणींचे आगमन...

शितल अशी तुझी फुंकर...

काळोख्या वाटेचा मार्ग करतोय सुकर...

मनाचे कारंजे होतेय माझे...

हासू पाहतो माझ्यासाठी जे तुझे...

सीमेपलीकडचे प्रेम शिकवलेस तु मला...

हास्याच्या सुखद अश्रूंनी...

पाहते तुला...

जगते तुला..."

विनय हसला त्यावर . डोळ्यातून पाणी वाहत होते त्याच्या. दिक्षाचा हात घट्ट पकडून ठेवला त्याने. वेळ जात होती तसा अधिक तळमळत होता विनय. एका क्षणाला त्याने अविला हाताने खूण करून बोलावलं.

" बोल ... विन्या... काय पाहिजे... बोल ... काहीही माग ... आणून देतो .. " विनयच्या तोंडातून शब्दच फुटत नव्हते , फक्त ओठांची हालचाल. अविने त्याचे कान विनयच्या ओठांजवळ नेले.

" रा .... त .... रा ...... णी .... " इतकंच ऐकू आलं अविला. तरी अविला कळलं ... " आलोच !!!! "

अविनाश निघाला धावतच... खाली bike होतीच त्याची. सुरु केली आणि निघाला सुसाट... रातराणीची फुले कुठे भेटणार आता, एक फुल मार्केट होते. त्याला माहीत होते. तरी एवढ्या पहाटे फुले मिळतील का तिथे... ते माहित नव्हतं त्याला. पुढच्याच १० मिनिटात तो पोहोचला.

पहाटेचे ६ वाजत होते.अजूनही ते फुल मार्केट सुरु होयाचे होते. काही फुल विक्रेते होते. अविनाश शिरला आतमध्ये. जे होते त्याकडे रातराणीच्या फुलांची मागणी करू लागला. " साहेब ... तुम्हाला दिसते का इथे कुठे... शिवाय ती फुलं नसतात इथे. एवढीशी तर फुलं... वास चांगला असला तरी नाही विचारत कोणी जास्त तिला. तरी एक काम करा.. तुमचा नंबर देऊन ठेवा. नंतर कोणी आणली कि तर तुम्हाला कळवतो. " एक जण बोलला.

" आता गरज आहे... " अविनाश रागात बोलला. आणि त्याच्या bike वर येऊन बसला. कुठे जाऊ आता.. अचानक त्याला आठवलं. ऑफिसच्या बागेत तर आहे. कसं विसरलो मी... मूर्ख.. तशीच वळवली गाडी आणि पुन्हा सुसाट निघाला. आजूबाजूच्या गाड्याची पर्वा न करता. पुढच्या १५ मिनिटांत ऑफिस बाहेर पोहोचला. गेट बंद आणि वेगळ्याच watchman ची ड्युटी. गेट उघडायला तयारच नाही. त्यात अविकडे ऑफिसचे I-card नव्हते. ते बॅगेत आणि बॅग हॉस्पिटल मध्ये.

" उघड ना गेट साल्या... " अवि कधी पासून ओरडत होता. " साहेब ... शिवी देऊ नका हा... तुम्हाला आत जायचे असेल तर आधी कार्ड दाखवा. नसेल तर नाही जाऊ देणार... " अविनाशला घाई झालेली. पण रागावून चालणार नाही... तिथे विनय वाट बघतो आहे.

" प्लिज ... प्लिज ... यार ... तुझ्या पाया पडतो.. सोड ना आतमध्ये... १० मिनिट फक्त... " अविनाशला पुढे बोलवेना. कंठ दाटून आलेला ना. खरोखरच तो त्याच्या पाया पडत होता.

" अहो .. साहेब.. काय हे.. पाया काय पडता.. तुमच्याकडे कार्ड नाही... मी तुम्हाला ओळखत नाही... कसा सोडू आत... माझी नोकरी जाईल ना... " त्याचे बोलणे बरोबर होते. अविनाश गुडग्यावर बसून रडू लागला. इतक्यात मागून नेहमीचा watchman आला.

" अहो अवि साहेब... रडता का.. " ,

" तुम्ही ओळखता यांना... .." त्या नवीन watchman ने विचारलं.

" हो.. काय झालं.. " ,

" सॉरी सॉरी ... यांना आता जायचे होते. मी ओळखत नाही ना, शिवाय यांकडे कार्ड नाही ऑफिसचे.. थांबवलं तर रडायला लागले. " त्याने लगेच

गेट उघडला.

अविनाश उभा राहिला आणि धावतच बागेत गेला. छान थंड हवा वाहत होती. त्या वाऱ्यासोबत रातराणी डोलत होती. सळसळत होती. विनयची रातराणी नुसती फुलून आलेली. कितीतरी फुले... आणि काय तो सुगंध दरवळत होता. सडा पडला होता रातराणीचा. अविने डोळे पुसले. एक एक फुल उचलून घेऊ लागला. किती घेऊ.. अविला सुचेना. ओंजळ भरली तरी. त्यात अविला विनयचे वाक्य आठवलं. " जीव आहे त्यात माझा ... " जास्त घेऊन जाऊ.. असा विचार केला आणि आजूबाजूला काही मिळते का ते बघू लागला. काहीच नाही तर अंगातले शर्ट काढला त्याने. एक प्रकारची गाठ मारली आणि पिशवी सारखं बनवलं. भरभर त्यात रातराणीची फुलं जमवू लागला. जेवढी होती तेवढी जमवली. धावतच bike जवळ आला, सुरु केली आणि भरधाव निघाला हॉस्पिटलच्या दिशेने.

पोहोचला देखील. bike उभी न करताच , तशीच खाली टाकून धावत निघाला विनयच्या रूमकडे. हातात शर्टची पिशवी आणि त्यात रातराणीची फुलं. धावता धावता सगळीकडे सांडत जात होता. आणि रातराणीचा सुगंध दरवळत होता. विनयच्या रुमजवळ पोहोचला, एव्हाना बरीचशी फूल मागे पडली होती. जी होती ती हातात घेतली अविने आणि विनय जवळ आला. बाकीचे चेहरे पाहिले त्याने. हेमंत ,चंदन, अनुजा ... सारेच रडत होते. दिक्षा विनयच्या बेड शेजारी बसलेली आणि आता त्याशेजारी असलेल्या खिडकीतून बाहेर पाहत होती. शांत बसून होती. आणि विनय ......

विनय शांत झोपला होता. अविनाश आला त्याच्याजवळ. डॉक्टरने थांबवलं त्याला. " नाही राहिला तुमचा मित्र ... गेला सोडून ... उशीर केलास .. " अवि थांबला तिथेच... डोळे आधीच लाल झालेले रडून ... पुन्हा पाणी आलं. डॉक्टरचा हात झटकला त्याने.

" असा कसा जाईल... उठ रे भावा.. हे बघ ... तुझी रातराणी आणली आहे.. हे बघ... " अविनाश त्याच्या शेजारी जाऊन बसला. हातातली सगळी फुले ... रुमभर पसरली होती.

" उठ ना रे साल्या .... किती नाटक करणार अजून.... उठ ना रे...
वाजव ती गिटार ... तुझं गाणं ऐकायचे आहे मला.. उठ ना विन्या ....
प्लिज ..... उठ ना रे साल्या.... प्लिज ... उठ ना ..... एकदा तरी ....
" अविनाश त्याच्या छातीवर डोकं ठेवून रडू लागला. दिक्षा अजूनही
खिडकी बाहेरच बघत होती. तिच्या त्या गोबऱ्या गालावरून अश्रू
ओघळत होते आता. पूर्ण रूमभर रातराणीचा सुगंध दरवळत होता.
रातराणीचा सडाच पडला होता जणू तिथे.

===

समुद्रच्या लाटांचा धीर-गंभीर आवाज.. विनयने हळूच डोळे उघडले.
समोर अथांग पसरलेला समुद्र... विनय उठून बसला. अंगावर पांढरा शुभ्र
सदरा. शेजारी आणि आजूबाजूला मऊशार वाळू. विनय उभा राहिला.
छान थंडगार वारा वाहत होता. चालू लागला. थोडासा चालला असेल
तो... काही अंतरावर त्याला त्याचे सवंगडी दिसले.... चंदन , हेमंत ,
अविनाश , अनुजा आणि हो... दिक्षा... त्यांनीही पांढरी शुभ्र वस्त्र
परिधान केली होती. विनयला बघून तेही जवळ आले. निरोप घेतला
सर्वांनी. दिक्षा आणखी पुढे चालत आली त्याच्या सोबत.

" निघालास ?? " दिक्षाने विचारलं.

" हो... पण जरा उशीरच झाला निघायला.. " विनयचे लक्ष समुद्राकडे
गेले. " माझा आठवणी बघ,..... कश्या तरंगत आहेत समुद्राच्या लाटांवर..
या हवेत सुद्धा माझ्या आठवणींचा गंध आहेच... विसरणार नाही ना
कधी मला ... " विनयने दिक्षाला विचारलं. तिने त्याचा हात हातात
घेतला.

" कधीच नाही आणि तुला कधीही विसरू देणार नाही आठवणी
तुझ्या... " विनयने दिक्षाचा निरोप घेतला.

चालता चालता पुन्हा त्याला रातराणीचा सुगंध आला. पुन्हा तेच
मोठ्ठ रातराणीचे झाडं त्याला दिसू लागले. आज ती अदृश्य भिंत नव्हती
त्याला अडवायला. विनयने मागे वळून पाहिलं. हे सर्व जणं, त्याला
दुरूनच पाहत होते.त्यांना बघून छान हसू आले त्याच्या चेहऱ्यावर. पुढे
आला. त्या झाडाजवळ आला तो. झाडाखाली त्याला व्यक्ती दिसायची
ना कोणी. जवळ जाऊन पाहिलं. त्याची आईच होती ती. खूप आनंद

झाला विनयला.

" आलास बाळा ... बस .. " आईच्या मांडीवर डोकं ठेवून झोपला विनय.

" खूप उशीर झाला ना मला आई... ते सोडतच नव्हते मला. किती प्रेम दिले सर्वांनी.. " ,

" जास्त त्रास झाला का येताना ... " ,

" हो ग आई ... त्यांना सोडून येताना जास्त वाईट वाटलं. खूप दमलो आहे आता... तुझी आठवण रोज यायची. आता नाही जाणार ना सोडून मला... " आईने मायेने हात फिरवला त्याच्या केसातून...

" नाही जाणार कुठे आता मी... झोप शांत ... आराम कर... " विनय हसतच आईच्या मांडीवर शांत झोपी गेला.

विनय तर कधीच गेलेला सोडून तरी त्याने लावलेली रातराणी ... आज कमालीची बहरून आलेली. कदाचित विनयचं तिच्या रूपाने तिथे आलेला होता. कितीतरी कळ्या ... पुन्हा रात्रीची वाट पाहत होत्या.... फुलायचं होते ना त्यांना.. सर्वांना मोहवून जवळ करायचे होते... पुन्हा एकदा... कदाचित सदैव.. शेवटी रातराणीच ती... फुलणार आणि प्रेमात पडणार पुन्हा ... ...

=========== The End =========